PAGYELO, PAG-IIS AT GANACHE PARA SA BAWAT OKASYON

Isang Komprehensibong Gabay sa Pag-master ng Sining ng Frosting, Icing, at Ganache na may 100 Mga Recipe at Techniques

Jorge Esteban

Copyright Material©2023

Lahat ng Karapatan ay Nakalaan

Walang bahagi ng aklat na ito ang maaaring gamitin o ipadala sa anumang anyo o sa anumang paraan nang walang wastong nakasulat na pahintulot ng publisher at may-ari ng copyright, maliban sa mga maikling sipi na ginamit sa isang pagsusuri. Ang aklat na ito ay hindi dapat ituring na kapalit ng medikal, legal , o iba pang propesyonal na payo.

TALAAN NG MGA NILALAMAN

PANIMULA **6**
FROSTING/ICING **7**
   1. Limoncello Frosting 8
   2. Biscoff Frosting 10
   3. Mocha Frosting 12
   4. Cappuccino Frosting 14
   5. Snicker Bar Frosting 16
   6. Prosecco Buttercream Frosting 18
   7. Dalgona Frosting 20
   8. Ferrero Rocher Frosting 22
   9. Mango Frosting 24
   10. Birthday Cake Cinnamon Frosting 26
   11. Toffee Frosting 28
   12. Caramel Frosting 30
   13. Chocolate Whipped Cream Frosting 32
   14. Prosecco Buttercream Frosting 34
   15. Fluffy Frosting 36
   16. Cadbury bars Frosting 38
   17. Pistachio frosting 40
   18. Pag-icing ng kape 42
   19. Birthday cake frosting 44
   20. Graham frosting 46
   21. Mint cheesecake frosting 48
   22. Hazelnut frosting 50
   23. Pie crumb frosting 52
   24. Pumpkin Seed Frosting 54
   25. Apple Fluff Frosting 56
   26. Lemon Butter Frosting 58
   27. Penuche Frosting 60
   28. Whipped Mocha Frosting 62
   29. Fudge Frosting 64
   30. Black Cake Frosting 66
   31. Coconut Cream Cheese Frosting 68
   32. Marmalade Cream Cheese Frosting 70
   33. Chocolate Cherry Frosting 72
   34. Royal Frosting 74
   35. Butterscotch Frosting 76

36. Maple Buttercream Frosting 78
37. Prune Butter Frosting 80
38. Orange Cream Cheese Frosting 82
39. Spiced Pecan Cake Frosting... 84
40. Waldorf Red Velvet Frosting 86
41. Whipped Cream Frosting na may Raspberry Sauce 88
42. Espresso Cream Cheese Frosting... 90
43. Lemon Poppy Seed Frosting.. 92
44. Caramel Cream Frosting.. 94
45. Mint Chocolate Chip Frosting... 96
46. Honey Cream Frosting 98
47. Raspberry Buttercream Frosting 100
48. Pistachio Cream Cheese Frosting.. 102
49. Brown-Sugar Frosting.. 104
50. Coca-Cola Frosting... 106
51. Guava Frosting... 108
52. Sea Foam Frosting.. 110
53. Pink Puff Frosting.. 112
54. Inihaw na Peanut Butter Frosting 114
55. Hungarian Frosting 116
56. Maraschino Frosting.. 118
57. Butter Pecan Frosting 120
58. Frosted Jam Cake Icing.. 122
59. Silken Cocoa Frosting.. 124

GLAZE 126
60. Mint glaze.. 127
61. Strawberry Glaze... 129
62. Coffee Glaze... 131
63. Apple Cider Glaze 133
64. Apricot Glaze... 135
65. Bourbon Glaze... 137
66. Cream Cheese Glaze 139
67. Orange Glaze 141
68. Chocolate Buttercream Glaze 143
69. Lemon Glaze.. 145
70. Tangerine Glaze... 147
71. Honey Glaze... 149
72. Maple Glaze... 151
73. Raspberry Glaze.. 153

74. Mango Glaze 155
75. Lavender Glaze 157
76. Peanut Butter Glaze 159
77. Caramel Glaze 161
78. Almond Glaze 163
79. Niyog Glaze 165
80. Pistachio Glaze 167
81. Matcha Green Tea Glaze 169
82. Raspberry Lemonade Glaze 171

GANACHE 173

83. Pumpkin ganache 174
84. Beet-lime ganache 176
85. Chocolate hazelnut ganache 179
86. Graham ganache 181
87. Dark Chocolate Ganache 183
88. Milk Chocolate Ganache 185
89. White Chocolate Ganache 187
90. Dark Chocolate Orange Ganache 189
91. Espresso Dark Chocolate Ganache 191
92. Salted Caramel Ganache 193
93. Raspberry White Chocolate Ganache 195
94. Mint Chocolate Ganache 197
95. Peanut Butter Chocolate Ganache 199
96. Coconut White Chocolate Ganache 201
97. Hazelnut Dark Chocolate Ganache 203
98. Almond Milk Chocolate Ganache 205
99. Coconut Milk Dark Chocolate Ganache 207
100. Caramelized White Chocolate Ganache 209

KONGKLUSYON 211

PANIMULA

Maligayang pagdating sa mundo ng matamis na indulhensiya! Sa cookbook na ito, inaanyayahan ka naming magsimula sa isang kasiya-siyang paglalakbay sa larangan ng mga frosting, icing, at ganaches. Isa ka mang masugid na panadero sa bahay o isang propesyonal na pastry chef, ang aklat na ito ang iyong pinakamagaling na mapagkukunan para sa pagpapataas ng iyong mga dessert sa bagong taas ng sarap. Ang mga frosting, icing, at ganaches ay ang koronang hiyas ng anumang dessert. Nagdaragdag sila ng karagdagang layer ng lasa, texture, at visual appeal, na ginagawang mga pambihirang pagkain ang mga simpleng cake, cupcake, cookies, at pastry na nag-iiwan sa lahat ng pananabik para sa higit pa. Ang cookbook na ito ay idinisenyo upang i-demystify ang sining ng paglikha ng mga masasarap na toppings na ito, na nagbibigay sa iyo ng kaalaman at kumpiyansa upang dalhin ang iyong mga kasanayan sa pagluluto sa susunod na antas.

Sa loob ng mga pahinang ito, matutuklasan mo ang isang kayamanan ng mga subok na recipe para sa iba't ibang frosting, icing, at ganaches. Mula sa mga klasikong buttercream frosting at cream cheese icing hanggang sa velvety chocolate ganaches at silky-smooth glazes, nagsama kami ng malawak na hanay ng mga opsyon na angkop sa bawat panlasa at okasyon. Naghahanap ka man ng magaan at malambot na topping para sa isang birthday cake o isang mayaman at dekadenteng ganache para sa isang espesyal na pagdiriwang, makikita mo ang perpektong recipe dito.

Ngunit ang cookbook na ito ay higit pa sa isang koleksyon ng mga recipe. Nagsama rin kami ng napakahalagang mga tip, trick, at diskarte upang matulungan kang makamit ang mga resulta sa antas ng propesyonal. Matututuhan mo ang mga lihim sa likod ng pagkamit ng perpektong pagkakapare-pareho, pagpipipo ng mga nakamamanghang dekorasyon, at pagkamit ng mga walang kamali-mali na pagtatapos. Gamit ang aming sunud-sunod na mga tagubilin at kapaki-pakinabang na gabay sa pag-troubleshoot, magagawa mong harapin ang anumang hamon sa frosting, icing, o ganache nang madali. Kaya, kung nagpaplano ka ng isang engrandeng selebrasyon o gusto mo lang magdagdag ng tamis sa iyong pang-araw-araw na pagbe-bake, hayaang maging gabay mo ang Decadent Delights: Frosting, Icing, at Ganache. Humanda sa paglikha ng mga nakakain na obra maestra na magpapasilaw sa iyong pamilya, kaibigan, at panlasa!

FROSTING/ICING

1.Limoncello Frosting

MGA INGREDIENTS:
½ tasang unsalted butter, pinalambot
4 na tasang may pulbos na asukal
2 kutsarang Limoncello liqueur
1 kutsarang sariwang lemon juice
Dilaw na pangkulay ng pagkain (opsyonal)
Lemon zest para sa dekorasyon

MGA TAGUBILIN:
Sa isang mangkok ng paghahalo, talunin ang pinalambot na mantikilya hanggang sa mag-atas.
Dahan-dahang idagdag ang powdered sugar, Limoncello liqueur, at lemon juice. Talunin hanggang makinis at malambot.
Kung ninanais, magdagdag ng ilang patak ng dilaw na pangkulay ng pagkain upang makakuha ng makulay na dilaw na kulay para sa frosting.

2.Biscoff Frosting

MGA INGREDIENTS:
1 tasang unsalted butter, pinalambot
1 tasang Biscoff spread
4 na tasang may pulbos na asukal
¼ tasa ng gatas
1 kutsarita vanilla extract

MGA TAGUBILIN:
Sa isang malaking mangkok ng paghahalo, talunin ang pinalambot na mantikilya at kumalat ang Biscoff hanggang makinis at mag-atas.

Dahan-dahang idagdag ang powdered sugar, gatas, at vanilla extract, paghahalo sa mababang bilis hanggang sa pagsamahin. Dagdagan ang bilis sa medium-high at talunin hanggang sa magaan at malambot.

Kung ang frosting ay masyadong makapal, magdagdag ng higit pang gatas, isang kutsara sa isang pagkakataon, hanggang sa maabot ang ninanais na pagkakapare-pareho.

3.Mocha Frosting

MGA INGREDIENTS:
¼ tasa unsalted butter, pinalambot
1½ tasang may pulbos na asukal
1 kutsarang cocoa powder
1 kutsarang instant coffee granules
2-3 kutsarang gatas
Chocolate sprinkles o cocoa powder, para sa dekorasyon (opsyonal)

MGA TAGUBILIN
Sa isang mangkok ng paghahalo, talunin ang pinalambot na mantikilya hanggang sa mag-atas.

Dahan-dahang idagdag ang powdered sugar, cocoa powder, at instant coffee granules. Haluin hanggang sa maayos na pagsamahin.

Magdagdag ng gatas, isang kutsara sa isang pagkakataon, at ipagpatuloy ang paghampas hanggang ang frosting ay umabot sa isang makinis at nakakalat na pagkakapare-pareho.

4.Cappuccino Frosting

MGA INGREDIENTS:
½ tasang unsalted butter, pinalambot
2 tasang powdered sugar
1 kutsarang instant coffee granules
1 kutsarang mainit na tubig
1 kutsarita vanilla extract

MGA TAGUBILIN:
Talunin ang pinalambot na mantikilya hanggang sa mag-atas.
I-dissolve ang instant coffee granules sa mainit na tubig at idagdag ang mga ito sa butter mixture kasama ng powdered sugar at vanilla extract. Talunin hanggang makinis at mag-atas.

5. Snicker Bar Frosting

MGA INGREDIENTS:
½ tasang unsalted butter, pinalambot
½ tasang creamy peanut butter
2 tasang powdered sugar
3 kutsarang gatas
Mga tinadtad na Snickers bar, para sa topping

MGA TAGUBILIN:
Sa isang mangkok, paghaluin ang pinalambot na mantikilya at peanut butter hanggang sa makinis at mag-atas.
Dahan-dahang idagdag ang powdered sugar, paghaluin hanggang sa maayos.
Magdagdag ng gatas, 1 kutsara sa isang pagkakataon, hanggang sa maabot ang ninanais na pagkakapare-pareho.
Ihalo ang mga tinadtad na Snickers bar.

6. Prosecco Buttercream Frosting

MGA INGREDIENTS:
1½ tasang unsalted butter, pinalambot
4 na tasang may pulbos na asukal
¼ tasa Prosecco (sparkling wine)
1 kutsarita vanilla extract

MGA TAGUBILIN:
Sa isang malaking mangkok ng paghahalo, talunin ang pinalambot na mantikilya hanggang sa mag-atas at makinis.

Dahan-dahang idagdag ang pulbos na asukal, isang tasa sa isang pagkakataon, matalo nang mabuti pagkatapos ng bawat karagdagan.

Haluin ang Prosecco at vanilla extract at patuloy na talunin hanggang sa maging magaan at malambot ang frosting.

7.Dalgona Frosting

MGA INGREDIENTS:
1½ tasang mabigat na cream, pinalamig
¼ tasang may pulbos na asukal
¼ tasa ng kape ng Dalgona
Cocoa powder (para sa pag-aalis ng alikabok, opsyonal)

MGA TAGUBILIN:
Talunin ang pinalamig na heavy cream at powdered sugar hanggang sa mabuo ang malambot na mga taluktok.

Idagdag ang Dalgona coffee at ipagpatuloy ang paghagupit hanggang sa mabuo ang stiff peaks.

8. Ferrero Rocher Frosting

MGA INGREDIENTS:
1½ tasang mabigat na cream
¼ tasang may pulbos na asukal
1 kutsarita vanilla extract
12 Ferrero Rocher na tsokolate, tinadtad

MGA TAGUBILIN:
Sa isang mangkok ng paghahalo, hagupitin ang mabigat na cream hanggang sa mabuo ang malambot na mga taluktok.

Idagdag ang powdered sugar at vanilla extract sa whipped cream at ipagpatuloy ang paghagupit hanggang sa mabuo ang stiff peak.

Dahan-dahang tiklupin ang tinadtad na mga tsokolate ng Ferrero Rocher.

9. Mango Frosting

MGA INGREDIENTS:
1 tasang hinog na mangga, binalatan at hiniwa
½ tasang unsalted butter, pinalambot
4 na tasang may pulbos na asukal
Sarap ng 1 kalamansi
Katas ng 1 kalamansi

MGA TAGUBILIN:
I-pure ang diced na mangga sa isang blender o food processor hanggang makinis.

Sa isang malaking mangkok ng paghahalo, talunin ang pinalambot na mantikilya hanggang sa mag-atas.

Dahan-dahang idagdag ang powdered sugar, lime zest, at kalamansi juice, at ipagpatuloy ang paghampas hanggang sa liwanag at malambot.

Idagdag ang mango puree sa pinaghalong mantikilya at talunin hanggang sa maayos.

10.Birthday Cake Cinnamon Frosting

MGA INGREDIENTS:
4 na tasang may pulbos na asukal
¼ tasa unsalted butter, pinalambot
¼ tasa ng gatas
1 kutsarita vanilla extract
1 kurot ng kanela
nagwiwisik

MGA TAGUBILIN:
Sa isang mixing bowl, haluin ang powdered sugar, cinnamon, softened butter, gatas, at vanilla extract hanggang makinis at mag-atas.
Ihalo sa gthe sprinkles.

11. Toffee Frosting

MGA INGREDIENTS:
1½ tasang unsalted butter, pinalambot
4 na tasang may pulbos na asukal
¼ tasa ng toffee sauce (maaaring bilhin sa tindahan o gawang bahay)
1 kutsarita vanilla extract

MGA TAGUBILIN:
Sa isang malaking mangkok ng paghahalo, talunin ang pinalambot na mantikilya hanggang sa mag-atas at makinis.
Dahan-dahang idagdag ang pulbos na asukal, isang tasa sa isang pagkakataon, matalo nang mabuti pagkatapos ng bawat karagdagan.
Haluin ang toffee sauce at vanilla extract at patuloy na talunin hanggang sa maging magaan at malambot ang frosting.

12.Caramel Frosting

MGA INGREDIENTS:
1½ tasang unsalted butter, pinalambot
4 na tasang may pulbos na asukal
¼ tasa ng caramel sauce (binili sa tindahan o gawang bahay)
1 kutsarita vanilla extract

MGA TAGUBILIN:
Sa isang malaking mangkok ng paghahalo, talunin ang pinalambot na mantikilya hanggang sa mag-atas at makinis.

Dahan-dahang idagdag ang pulbos na asukal, isang tasa sa isang pagkakataon, matalo nang mabuti pagkatapos ng bawat karagdagan.

Haluin ang caramel sauce at vanilla extract at patuloy na talunin hanggang sa maging magaan at malambot ang frosting.

13. Chocolate Whipped Cream Frosting

MGA INGREDIENTS:
2 tasa mabigat na cream, malamig
½ tasang powdered sugar
¼ tasa ng unsweetened cocoa powder
1 kutsarita vanilla extract

MGA TAGUBILIN:
Sa isang pinalamig na mixing bowl, talunin ang mabibigat na cream, powdered sugar, cocoa powder, at vanilla extract hanggang sa mabuo ang stiff peak.

Mag-ingat na huwag mag-overbeat, dahil maaari nitong gawing mantikilya ang cream.

14. Prosecco Buttercream Frosting

MGA INGREDIENTS:
1½ tasang unsalted butter, pinalambot
4 na tasang may pulbos na asukal
¼ tasa Prosecco (sparkling wine)
1 kutsarita vanilla extract

MGA TAGUBILIN:
Sa isang malaking mangkok ng paghahalo, talunin ang pinalambot na mantikilya hanggang sa mag-atas at makinis.

Dahan-dahang idagdag ang pulbos na asukal, isang tasa sa isang pagkakataon, matalo nang mabuti pagkatapos ng bawat karagdagan.

Haluin ang Prosecco at vanilla extract at patuloy na talunin hanggang sa maging magaan at malambot ang frosting.

15. Fluffy Frosting

MGA INGREDIENTS:
¾ tasang Asukal
¼ tasa corn syrup, magaan
2 kutsarang Tubig
2 puti ng itlog
¼ kutsarita ng Asin
¼ kutsarita Cream ng tartar
1 kutsarita vanilla extract

MGA TAGUBILIN
Pagsamahin sa ibabaw ng double boiler na asukal, corn syrup, tubig, puti ng itlog, asin, at cream ng tartar. lutuin ang mabilis na tubig na kumukulo, puksain gamit ang electric mixer o rotary beater hanggang sa bumagsak ang timpla. Alisin sa init.

Magdagdag ng vanilla; talunin hanggang ang frosting ay humawak ng malalim na pag-ikot.

16. Cadbury bars Frosting

MGA INGREDIENTS:
150g unsalted butter, pinalambot
300g icing sugar
1 tsp vanilla extract
2 kutsarang gatas
100g makinis na peanut butter
Mga mini Cadbury bar, tinadtad

MGA TAGUBILIN
Talunin ang pinalambot na mantikilya, icing sugar, vanilla extract, at gatas hanggang sa makinis at mag-atas.
Talunin sa makinis na peanut butter.
Idagdag ang mga mini Cadbury bar.

17. Pistachio frosting

MGA INGREDIENTS:
115 g mantikilya, sa temperatura ng silid[8 kutsara(1 stick)]
40 g ng asukal sa confectioner[¼tasa]
230 g pistachio paste[¾cup]
2 g kosher salt[½ kutsarita]

MGA TAGUBILIN:
Pagsamahin ang mantikilya at asukal sa mga confectioner sa mangkok ng isang stand mixer na nilagyan ng paddle attachment at cream nang magkasama sa medium-high sa loob ng 2 hanggang 3 minuto, hanggang sa malambot at maputlang dilaw.

Idagdag ang pistachio paste at asin at haluin sa mababang bilis sa loob ng kalahating minuto, pagkatapos ay pataasin ang bilis sa medium-high at hayaan siyang mapunit sa loob ng 2 minuto. I-scrape ang mga gilid ng mangkok gamit ang isang spatula. Kung ang timpla ay hindi lahat ang parehong maputlang berdeng kulay, bigyan ito ng isa pang minuto sa mataas na bilis, at simutin muli.

Gamitin kaagad ang frosting, o itago ito sa isang lalagyan ng airtight sa refrigerator nang hanggang 1 linggo.

18. Pag-icing ng kape

MGA INGREDIENTS:
115 g mantikilya, sa temperatura ng silid[8 kutsara(1 stick)]
40 g ng asukal sa confectioner[¼tasa]
55 g ng gatas[¼ tasa]
1.5 g instant coffee powder[¾kutsarita]
1 g kosher salt[¼kutsarita]

MGA TAGUBILIN:
Pagsamahin ang mantikilya at asukal sa mga confectioner sa mangkok ng isang stand mixer na nilagyan ng paddle attachment at cream nang magkasama sa medium-high sa loob ng 2 hanggang 3 minuto, hanggang sa malambot at maputlang dilaw.

Samantala, gumawa ng mabilis na gatas ng kape: paghaluin ang gatas, instant na kape, at asin sa isang maliit na mangkok.

Kuskusin ang mga gilid ng mangkok gamit ang isang spatula. Sa mababang bilis, unti-unting dumaloy sa gatas ng kape. Sa esensya ay pinipilit mong maging taba ang likido, kaya maging matiyaga. Ang pinaghalong mantikilya ay magkumpol at maghihiwalay kapag nadikit sa gatas ng kape. Gawin huwag mag-stream ng mas maraming gatas ng kape sa pinaghalong mantikilya hanggang sa ganap na maisama ang nakaraang karagdagan; panatilihing naka-on ang mixer at manatiling matiyaga. Ang resulta ay isang napakalambot na frosting ng kape, maputlang kayumanggi at sobrang makintab. Gamitin kaagad.

19. Birthday cake frosting

MGA INGREDIENTS:
115 g mantikilya, sa temperatura ng silid[8 kutsara(1 stick)]
50 g vegetable shortening[¼ tasa]
55 g cream cheese[2 onsa]
25 g glucose[1 kutsara]
18 g corn syrup[1 kutsara]
12 g malinaw na vanilla extract[1 kutsara]
200 g ng asukal sa mga confectioner[1¼ tasa]
2 g kosher salt[½ kutsarita]
0.25 g baking powder[kurot]
0.25 g citric acid[kurot]

MGA TAGUBILIN:
Pagsamahin ang butter, shortening, at cream cheese sa bowl ng stand mixer na nilagyan ng paddle attachment at cream sa medium-high sa loob ng 2 hanggang 3 minuto, hanggang sa makinis at malambot ang timpla. I-scrape ang mga gilid ng bowl.

Sa pinakamababang bilis ng mixer, i-stream sa glucose, corn syrup, at vanilla. I-crank ang mixer hanggang medium-high at talunin ng 2 hanggang 3 minuto, hanggang sa maging malasutla at makintab na puti ang mixture. I-scrape ang mga gilid ng mangkok.

Idagdag ang asukal, asin, baking powder, at citric acid ng mga confectioner at ihalo sa mababang bilis para lang maisama ang mga ito sa batter.

I-crank ang bilis pabalik sa medium-high at talunin ng 2 hanggang 3 minuto, hanggang sa magkaroon ka ng matingkad na puti, maganda ang makinis na frosting.

Dapat itong magmukhang lumabas mula sa isang plastic tub sa grocery store! Gamitin kaagad ang frosting, o itago ito sa isang lalagyan ng airtight sa refrigerator nang hanggang 1 linggo.

20. Graham frosting

MGA INGREDIENTS:
½ naghahain ng Graham Crust
85 g ng gatas[⅓cup]
2 g kosher salt[½ kutsarita]
85 g mantikilya, sa temperatura ng kuwarto[6 na kutsara]
15 g light brown sugar[1 kutsarang mahigpit na nakabalot]
10 g ng asukal sa confectioner[1 kutsara]
0.5 g ground cinnamon[½ kutsarita]
0.5 g kosher na asin[⅛kutsarita]

MGA TAGUBILIN:
Pagsamahin ang graham crust, gatas, at asin sa isang blender, i-on ang bilis sa medium-high, at katas hanggang makinis at homogenous. Aabutin ito ng 1 hanggang 3 minuto (depende sa awesomeness ng iyong blender). huwag mahuli ang iyong blade ng blender, patayin ang blender, kumuha ng isang maliit na kutsarita, at kaskasin ang mga gilid ng canister, alalahaning kiskisan sa ilalim ng talim, pagkatapos ay subukang muli.

Pagsamahin ang mantikilya, asukal, kanela, at asin sa mangkok ng isang stand mixer na nilagyan ng paddle attachment, at cream nang magkasama sa medium-high sa loob ng 2 hanggang 3 minuto, hanggang sa malambot at may batik-batik na dilaw. I-scrape ang mga gilid ng bowl gamit ang isang spatula.

Sa mababang bilis, magtampisaw sa mga nilalaman ng blender. Pagkaraan ng 1 minuto, paikutin ang bilis hanggang sa katamtamang taas at hayaan siyang mapunit ng isa pang 2 minuto. I-scrape ang mga gilid ng mangkok gamit ang isang spatula. Kung ang timpla ay hindi isang pare-parehong maputlang kayumanggi, bigyan ang mangkok ng isa pang scrape-down at ang pagyelo ng isa pang minuto ng high-speed paddling.

Gamitin kaagad ang frosting, o itago ito sa isang lalagyan ng airtight sa refrigerator nang hanggang 1 linggo.

21. Mint cheesecake frosting

MGA INGREDIENTS:
60 g puting tsokolate[2 onsa]
20 g grapeseed oil[2 tablespoons]
75 g cream cheese[2½ ounces]
20 g ng asukal sa confectioner[2 kutsara]
2 g peppermint extract[½ kutsarita]
1 g kosher salt[¼ kutsarita]
2 patak ng berdeng pangkulay ng pagkain

MGA TAGUBILIN:
Pagsamahin ang puting tsokolate at langis at tunawin ang timpla sa mababang para sa 30 hanggang 50 segundo.

Pagsamahin ang cream cheese at confectioners'sugar sa bowl ng stand mixer na nilagyan ng paddle attachment at haluin sa medium-low speed sa loob ng 2 hanggang 3 minuto para timpla.

Sa mababang bilis, dahan-dahang i-stream sa pinaghalong puting tsokolate. Haluin ng 1 hanggang 2 minuto, hanggang sa ganap itong maisama sa cream cheese. I-scrape ang mga gilid ng mangkok.

Idagdag ang peppermint extract, asin, at food coloring at sagwan ang timpla sa loob ng 1 hanggang 2 minuto, o hanggang sa ito ay makinis at leprechaun green.

22. Hazelnut frosting

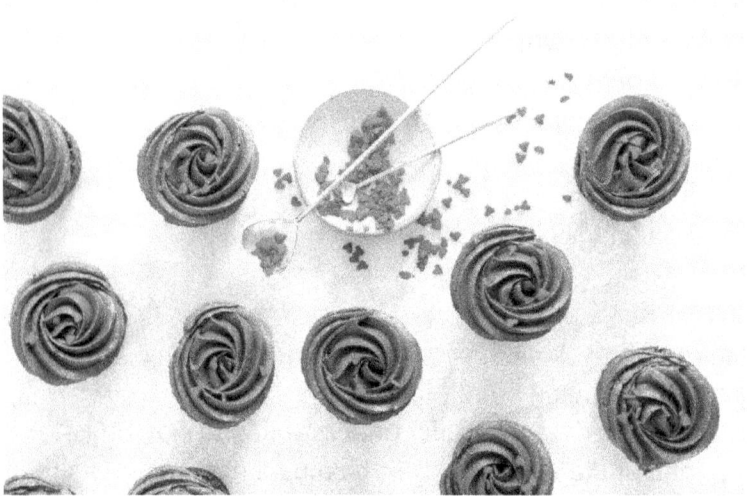

MGA INGREDIENTS:

25 g mantikilya, sa temperatura ng silid[2 kutsara]
65 g hazelnut paste[¼ tasa]
20 g ng asukal sa confectioner[2 kutsara]
0.5 g kosher na asin[⅛ kutsarita]

MGA TAGUBILIN:

Ilagay ang mantikilya sa mangkok ng isang stand mixer na nilagyan ng paddle attachment at magtampisaw sa katamtamang bilis hanggang sa ito ay ganap na makinis. I-scrape ang mga gilid ng mangkok gamit ang isang spatula. Ito ay isang maliit na halaga ng mga sangkap kaya gamitin ang iyong lola mixer ngayon o gawin ang gawain sa pamamagitan ng kamay sa isang medium bowl.

Idagdag ang hazelnut paste, confectioners'asukal, at asin at haluin sa mataas na bilis hanggang sa ang frosting ay malambot at walang mga bukol sa loob nito, 3 hanggang 4 na minuto. I-scrape ang mga gilid ng mangkok at haluin ng 15 segundo, para makasigurado lahat ay maganda at makinis.

Gamitin kaagad, o ilagay sa isang lalagyan ng airtight sa refrigerator hanggang sa 1 buwan. Dalhin sa temperatura ng kuwarto bago gamitin.

23.Pie crumb frosting

MGA INGREDIENTS:
½ naghahain ng Pie Crumb
110 g ng gatas[½ tasa]
2 g kosher salt[½ kutsarita]
40 g mantikilya, sa temperatura ng silid[3 kutsara]
40 g ng asukal sa confectioner[¼tasa]

MGA TAGUBILIN:
Pagsamahin ang mga mumo ng pie, gatas, at asin sa isang blender, gawing medium-high ang bilis, at katas hanggang makinis at homogenous. Aabutin ito ng 1 hanggang 3 minuto (depende sa awesomeness ng iyong blender). Kung ang mixture ay hindi saluhin ang iyong blade ng blender, patayin ang blender, kumuha ng isang maliit na kutsarita, at simutin ang mga gilid ng canister, inaalala na kiskisan sa ilalim ng talim, pagkatapos ay subukang muli.

Pagsamahin ang mantikilya at asukal sa confectioners sa mangkok ng isang stand mixer na nilagyan ng paddle attachment at cream nang magkasama sa medium-high sa loob ng 2 hanggang 3 minuto, hanggang sa malambot at maputlang dilaw. I-scrape ang mga gilid ng bowl gamit ang spatula.

Sa mababang bilis, magtampisaw sa mga nilalaman ng blender. Pagkaraan ng 1 minuto, paikutin ang bilis hanggang sa katamtamang taas at hayaan siyang mapunit ng isa pang 2 minuto. I-scrape ang mga gilid ng mangkok. Kung ang timpla ay hindi pare-pareho, napaka maputla, halos walang kulay na kulay, bigyan ang mangkok ng isa pang scrape-down at isa pang minuto ng high-speed paddling.

Gamitin kaagad ang frosting, o itago ito sa isang lalagyan ng airtight sa refrigerator nang hanggang 1 linggo.

24. Pumpkin Seed Frosting

MGA INGREDIENTS:

½ tasa palm shortening, sa temperatura ng kuwarto
2 kutsarang pulot
½ kutsaritang vanilla extract
Natunaw na tsokolate at buto ng kalabasa

MGA TAGUBILIN

Talunin ang shortening, honey, at vanilla hanggang makinis.
Paghaluin ang tinunaw na tsokolate at buto ng kalabasa.

25. Apple Fluff Frosting

MGA INGREDIENTS:
1 tasa ng unsweetened applesauce
1 pakete(3.4 onsa) instant vanilla pudding mix
1 tasang mabigat na cream
1/4 tasa ng asukal sa pulbos
1 kutsarita vanilla extract

MGA TAGUBILIN:
Sa isang mixing bowl, pagsamahin ang applesauce at instant vanilla pudding mix. Haluing mabuti hanggang sa matunaw ang puding mix.
Sa isang hiwalay na mangkok, hagupitin ang mabigat na cream hanggang sa mabuo ang malambot na mga taluktok.
Dahan-dahang idagdag ang powdered sugar at vanilla extract sa whipped cream. Ipagpatuloy ang paghagupit hanggang sa mabuo ang stiff peaks.
Dahan-dahang tiklupin ang pinaghalong whipped cream sa pinaghalong sarsa ng mansanas hanggang sa maayos na pinagsama.
Gamitin ang apple fluff frosting sa mga frost cake o cupcake. Palamigin ang anumang natira.

26. Lemon Butter Frosting

MGA INGREDIENTS:
1 tasang unsalted butter, pinalambot
4 na tasang may pulbos na asukal
2 kutsarang sariwang kinatas na lemon juice
1 kutsarang lemon zest
1 kutsarita vanilla extract

MGA TAGUBILIN:
Sa isang mixing bowl, i-cream ang pinalambot na mantikilya hanggang makinis.
Dahan-dahang idagdag ang powdered sugar, humigit-kumulang 1 tasa sa isang pagkakataon, at ihalo nang mabuti pagkatapos ng bawat karagdagan.
Idagdag ang lemon juice, lemon zest, at vanilla extract sa pinaghalong mantikilya. Haluin hanggang makinis at mag-atas.
Ayusin ang pagkakapare-pareho sa pamamagitan ng pagdaragdag ng mas maraming powdered sugar para sa stiffer frosting o higit pang lemon juice para sa thinner frosting.
Ikalat o i-pipe ang lemon butter frosting sa mga pinalamig na cake o cupcake.

27.Penuche Frosting

MGA INGREDIENTS:
1/2 tasa unsalted butter
1 tasang naka-pack na light brown sugar
1/4 tasa ng gatas
2 tasang powdered sugar
1 kutsarita vanilla extract

MGA TAGUBILIN:
Sa isang kasirola, matunaw ang mantikilya sa katamtamang init. Ihalo ang brown sugar at gatas.
Pakuluan ang pinaghalong, patuloy na pagpapakilos. Pakuluan ng 2 minuto.
Alisin ang kasirola mula sa apoy at hayaan itong lumamig ng mga 10 minuto.
Dahan-dahang haluin ang powdered sugar at vanilla extract hanggang makinis at mag-atas.
Ikalat ang penuche frosting sa mga pinalamig na cake o cupcake. Ang frosting ay magtatakda habang ito ay lumalamig.

28. Whipped Mocha Frosting

MGA INGREDIENTS:
1 tasang mabigat na cream
2 kutsarang asukal sa pulbos
1 kutsarang instant coffee granules
1 kutsarita vanilla extract
Chocolate shavings o cocoa powder (opsyonal, para sa dekorasyon)

MGA TAGUBILIN:
Sa isang mixing bowl, pagsamahin ang heavy cream, powdered sugar, instant coffee granules, at vanilla extract.
Gamit ang electric mixer, talunin ang mixture sa medium-high speed hanggang sa mabuo ang soft peak.
Ipagpatuloy ang paghampas hanggang sa mabuo ang stiff peak at ang frosting ay malambot.
Pipe o ikalat ang whipped mocha frosting sa mga pinalamig na cake o cupcake.
Opsyonal: Palamutihan ng tsokolate shavings o isang dusting ng cocoa powder.

29. Fudge Frosting

MGA INGREDIENTS:
1/2 tasa unsalted butter
1/4 tasa ng unsweetened cocoa powder
1/4 tasa ng gatas
3 tasang powdered sugar
1 kutsarita vanilla extract

MGA TAGUBILIN:
Sa isang kasirola, matunaw ang mantikilya sa katamtamang init. Ihalo ang cocoa powder at gatas.
Pakuluan ang pinaghalong, patuloy na pagpapakilos. Pakuluan ng 1 minuto.
Alisin ang kasirola mula sa apoy at hayaang lumamig ng ilang minuto.
Dahan-dahang haluin ang powdered sugar at vanilla extract hanggang makinis at mag-atas.
Ikalat ang fudge frosting sa mga pinalamig na cake o cupcake. Ang frosting ay itatakda habang lumalamig ito.

30. Black Cake Frosting

MGA INGREDIENTS:
1 tasang unsalted butter, pinalambot
4 na tasang may pulbos na asukal
1/4 tasa ng unsweetened cocoa powder
1/4 tasa ng mabigat na cream
1 kutsarita vanilla extract

MGA TAGUBILIN:
Sa isang mixing bowl, i-cream ang pinalambot na mantikilya hanggang makinis.
Dahan-dahang idagdag ang powdered sugar at cocoa powder, ihalo nang mabuti pagkatapos ng bawat karagdagan.
Ibuhos ang mabigat na cream at vanilla extract. Talunin ang pinaghalong hanggang makinis at mag-atas.
Ikalat o i-pipe ang black cake frosting sa mga cooled cake o cupcake.

31. Coconut Cream Cheese Frosting

MGA INGREDIENTS:
8 oz cream cheese, pinalambot
1/2 tasa unsalted butter, pinalambot
4 na tasang may pulbos na asukal
1 kutsarita katas ng niyog
1 tasang ginutay-gutay na niyog (opsyonal, para sa dekorasyon)

MGA TAGUBILIN:
Sa isang mangkok ng paghahalo, talunin ang pinalambot na cream cheese at mantikilya hanggang sa mahusay na pinagsama at mag-atas.
Dahan-dahang idagdag ang powdered sugar, isang tasa sa isang pagkakataon, at ipagpatuloy ang paghampas hanggang makinis.
Haluin ang katas ng niyog at ihalo hanggang sa ganap na mabuo.
Ikalat ang coconut cream cheese frosting sa mga pinalamig na cake o cupcake.
Opsyonal: Palamutihan ng ginutay-gutay na niyog para sa karagdagang texture at lasa.

32. Marmalade Cream Cheese Frosting

MGA INGREDIENTS:
8 oz cream cheese, pinalambot
1/2 tasa unsalted butter, pinalambot
4 na tasang may pulbos na asukal
1/4 tasa orange marmalade
1 kutsarita vanilla extract
Orange zest (opsyonal, para sa dekorasyon)

MGA TAGUBILIN:
Sa isang mangkok ng paghahalo, talunin ang pinalambot na cream cheese at mantikilya hanggang sa makinis at malambot.
Dahan-dahang idagdag ang pulbos na asukal, isang tasa sa isang pagkakataon, at ipagpatuloy ang paghahalo hanggang sa maihalo.
Paghaluin ang orange marmalade at vanilla extract, paghahalo hanggang sa ganap na maisama.
Ikalat o i-pipe ang marmalade cream cheese frosting sa mga pinalamig na cake o cupcake.
Opsyonal: Palamutihan ng orange zest para sa isang makulay na citrus touch.

33.Chocolate Cherry Frosting

MGA INGREDIENTS:
1 tasang unsalted butter, pinalambot
4 na tasang may pulbos na asukal
1/4 tasa ng unsweetened cocoa powder
1/4 tasa ng maraschino cherry juice
1 kutsarita vanilla extract
Maraschino cherries (opsyonal, para sa dekorasyon)

MGA TAGUBILIN:
Sa isang mixing bowl, i-cream ang pinalambot na mantikilya hanggang makinis.

Dahan-dahang idagdag ang powdered sugar at cocoa powder, ihalo nang mabuti pagkatapos ng bawat karagdagan.

Ibuhos ang maraschino cherry juice at vanilla extract. Talunin hanggang makinis at mag-atas.

Ikalat o i-pipe ang chocolate cherry frosting sa mga pinalamig na cake o cupcake.

Opsyonal: Palamutihan ng maraschino cherries para sa dagdag na katangian ng lasa at dekorasyon ng cherry.

34. Royal Frosting

MGA INGREDIENTS:
3 malalaking puti ng itlog
4 na tasang may pulbos na asukal
1 kutsarita ng lemon juice
Pangkulay ng pagkain (opsyonal)

MGA TAGUBILIN:
Sa isang mixing bowl, pagsamahin ang mga puti ng itlog at lemon juice. Talunin gamit ang electric mixer hanggang mabula.
Dahan-dahang idagdag ang powdered sugar, isang tasa sa bawat pagkakataon, at ipagpatuloy ang paghampas hanggang sa maging makapal at makintab ang frosting.
Kung ninanais, magdagdag ng pangkulay ng pagkain at ihalo hanggang sa pantay na kulay.
Gamitin ang royal frosting sa pipe ng mga dekorasyong disenyo o frost cookies at cake. Hayaang matuyo ang frosting at itakda bago ihain.

35. Butterscotch Frosting

MGA INGREDIENTS:
1 tasang unsalted butter, pinalambot
1 tasang naka-pack na light brown sugar
4 na tasang may pulbos na asukal
1/4 tasa ng gatas
1 kutsarita vanilla extract

MGA TAGUBILIN:
Sa isang mixing bowl, i-cream ang pinalambot na butter at brown sugar hanggang makinis.
Dahan-dahang idagdag ang pulbos na asukal, isang tasa sa isang pagkakataon, at ipagpatuloy ang paghahalo hanggang sa maihalo.
Ibuhos ang gatas at vanilla extract. Talunin hanggang makinis at mag-atas.
Ikalat o i-pipe ang butterscotch frosting sa mga pinalamig na cake o cupcake.

36. Maple Buttercream Frosting

MGA INGREDIENTS:
1 tasang unsalted butter, pinalambot
4 na tasang may pulbos na asukal
1/4 tasa purong maple syrup
1 kutsarita vanilla extract

MGA TAGUBILIN:
Sa isang mixing bowl, i-cream ang pinalambot na mantikilya hanggang makinis.
Dahan-dahang idagdag ang pulbos na asukal, isang tasa sa isang pagkakataon, at ipagpatuloy ang paghahalo hanggang sa maihalo.
Ibuhos ang maple syrup at vanilla extract. Talunin hanggang makinis at mag-atas.
Ikalat o i-pipe ang maple buttercream frosting sa mga pinalamig na cake o cupcake.

37.Prune Butter Frosting

MGA INGREDIENTS:
1 tasang unsalted butter, pinalambot
4 na tasang may pulbos na asukal
1/4 tasa prune butter (prune puree)
1 kutsarita vanilla extract

MGA TAGUBILIN:
Sa isang mixing bowl, i-cream ang pinalambot na mantikilya hanggang makinis.

Dahan-dahang idagdag ang pulbos na asukal, isang tasa sa isang pagkakataon, at ipagpatuloy ang paghahalo hanggang sa maihalo.

Ihalo ang prune butter(prune puree) at vanilla extract. Haluin hanggang sa ganap na maisama.

Ikalat o i-pipe ang prune butter frosting sa mga pinalamig na cake o cupcake.

38. Orange Cream Cheese Frosting

MGA INGREDIENTS:
8 oz cream cheese, pinalambot
1/2 tasa unsalted butter, pinalambot
4 na tasang may pulbos na asukal
2 kutsarang sariwang piniga na orange juice
1 kutsarang orange zest
1 kutsarita vanilla extract

MGA TAGUBILIN:
Sa isang mangkok ng paghahalo, talunin ang pinalambot na cream cheese at mantikilya hanggang sa makinis at malambot.
Dahan-dahang idagdag ang pulbos na asukal, isang tasa sa isang pagkakataon, at ipagpatuloy ang paghahalo hanggang sa maihalo.
Haluin ang orange juice, orange zest, at vanilla extract. Haluin hanggang sa ganap na maisama.
Ikalat o i-pipe ang orange cream cheese frosting sa mga pinalamig na cake o cupcake.

39.Spiced Pecan Cake Frosting

MGA INGREDIENTS:
1 tasang unsalted butter, pinalambot
4 na tasang may pulbos na asukal
1/4 tasa ng buong gatas
1 kutsarita vanilla extract
1/2 kutsarita ng giniling na kanela
1/4 kutsarita ng ground nutmeg
1/4 kutsarita na giniling na mga clove
1 tasang tinadtad na pecans, toasted (opsyonal, para sa dekorasyon)

MGA TAGUBILIN:
Sa isang mixing bowl, i-cream ang pinalambot na mantikilya hanggang makinis.
Dahan-dahang idagdag ang pulbos na asukal, isang tasa sa isang pagkakataon, at ipagpatuloy ang paghahalo hanggang sa maihalo.
Ibuhos ang gatas at vanilla extract. Talunin hanggang makinis at mag-atas.
Idagdag ang giniling na cinnamon, nutmeg, at cloves sa frosting. Haluin hanggang sa ganap na maisama.
Ikalat o i-pipe ang spiced pecan cake frosting sa mga pinalamig na cake o cupcake.
Opsyonal: Palamutihan ng toasted chopped pecans para sa karagdagang texture at lasa.

40. Waldorf Red Velvet Frosting

MGA INGREDIENTS:
1 1/2 tasa unsalted butter, pinalambot
6 tasang may pulbos na asukal
1/4 tasa ng buong gatas
1 kutsarita vanilla extract
Pangkulay ng pulang pagkain

MGA TAGUBILIN:
Sa isang mixing bowl, i-cream ang pinalambot na mantikilya hanggang makinis.
Dahan-dahang idagdag ang pulbos na asukal, isang tasa sa isang pagkakataon, at ipagpatuloy ang paghahalo hanggang sa maihalo.
Ibuhos ang gatas at vanilla extract. Talunin hanggang makinis at mag-atas.
Magdagdag ng pangkulay ng pulang pagkain ng ilang patak sa isang pagkakataon hanggang sa maabot ang ninanais na lilim ng pula.
Ikalat o i-pipe ang Waldorf red velvet frosting sa mga pinalamig na cake o cupcake.

41. Whipped Cream Frosting na may Raspberry Sauce

MGA INGREDIENTS:
2 tasang mabigat na cream
1/4 tasa ng asukal sa pulbos
1 kutsarita vanilla extract
Mga sariwang raspberry (para sa dekorasyon)

RASPBERRY SAUCE
1 tasang sariwang raspberry
2 kutsarang butil na asukal
1 kutsarita ng lemon juice

MGA TAGUBILIN:
Sa isang mixing bowl, talunin ang heavy cream, powdered sugar, at vanilla extract hanggang sa mabuo ang soft peak.
Ihanda ang raspberry sauce sa pamamagitan ng paghahalo ng mga sariwang raspberry, granulated sugar, at lemon juice sa isang blender o food processor hanggang makinis. Salain upang alisin ang anumang buto.
Dahan-dahang tiklupin ang kalahati ng raspberry sauce sa whipped cream frosting hanggang sa maayos na pinagsama.
Ikalat o i-pipe ang whipped cream frosting sa mga pinalamig na cake o cupcake.
Ibuhos ang natitirang raspberry sauce sa ibabaw ng mga frosted cake o cupcake.
Palamutihan ng mga sariwang raspberry para sa isang eleganteng hawakan.

42. Espresso Cream Cheese Frosting

MGA INGREDIENTS:
8 oz cream cheese, pinalambot
1/2 tasa unsalted butter, pinalambot
4 na tasang may pulbos na asukal
1 kutsarang instant espresso powder
1 kutsarita vanilla extract

MGA TAGUBILIN:
Sa isang mangkok ng paghahalo, talunin ang pinalambot na cream cheese at mantikilya hanggang sa makinis at malambot.
Dahan-dahang idagdag ang pulbos na asukal, isang tasa sa isang pagkakataon, at ipagpatuloy ang paghahalo hanggang sa maihalo.
I-dissolve ang instant espresso powder sa isang kutsarita ng mainit na tubig, pagkatapos ay idagdag ito sa frosting mixture.
Pukawin ang vanilla extract at ihalo hanggang sa ganap na maisama.
Ikalat o i-pipe ang espresso cream cheese frosting sa mga pinalamig na cake o cupcake.

43. Lemon Poppy Seed Frosting

MGA INGREDIENTS:
1 tasang unsalted butter, pinalambot
4 na tasang may pulbos na asukal
2 kutsarang sariwang kinatas na lemon juice
2 kutsarita ng lemon zest
1 kutsarang buto ng poppy

MGA TAGUBILIN:
Sa isang mixing bowl, i-cream ang pinalambot na mantikilya hanggang makinis.
Dahan-dahang idagdag ang pulbos na asukal, isang tasa sa isang pagkakataon, at ipagpatuloy ang paghahalo hanggang sa maihalo.
Haluin ang lemon juice, lemon zest, at poppy seeds. Haluin hanggang sa ganap na maisama.
Ikalat o i-pipe ang lemon poppy seed frosting sa mga pinalamig na cake o cupcake.

44. Caramel Cream Frosting

MGA INGREDIENTS:
1 tasang unsalted butter, pinalambot
4 na tasang may pulbos na asukal
1/4 tasa ng caramel sauce
1 kutsarita vanilla extract
Kurot ng asin

MGA TAGUBILIN:
Sa isang mixing bowl, i-cream ang pinalambot na mantikilya hanggang makinis.
Dahan-dahang idagdag ang pulbos na asukal, isang tasa sa isang pagkakataon, at ipagpatuloy ang paghahalo hanggang sa maihalo.
Haluin ang caramel sauce, vanilla extract, at isang pakurot ng asin. Haluin hanggang sa ganap na maisama.
Ikalat o i-pipe ang caramel cream frosting sa mga pinalamig na cake o cupcake.

45. Mint Chocolate Chip Frosting

MGA INGREDIENTS:
1 tasang unsalted butter, pinalambot
4 na tasang may pulbos na asukal
1/4 tasa ng gatas
1 kutsarita ng peppermint extract
Pangkulay ng berdeng pagkain (opsyonal)
1/2 tasa ng mini chocolate chips

MGA TAGUBILIN:
Sa isang mixing bowl, i-cream ang pinalambot na mantikilya hanggang makinis.
Dahan-dahang idagdag ang pulbos na asukal, isang tasa sa isang pagkakataon, at ipagpatuloy ang paghahalo hanggang sa maihalo.
Ibuhos ang gatas at peppermint extract. Talunin hanggang makinis at mag-atas.
Kung ninanais, magdagdag ng berdeng pangkulay ng pagkain nang ilang patak nang paisa-isa hanggang sa makuha ang ninanais na lilim ng berde.
Haluin ang mini chocolate chips hanggang sa pantay-pantay.
Ikalat o i-pipe ang mint chocolate chip frosting sa mga pinalamig na cake o cupcake.

46. Honey Cream Frosting

MGA INGREDIENTS:
1 tasang unsalted butter, pinalambot
4 na tasang may pulbos na asukal
1/4 tasa ng pulot
1 kutsarita vanilla extract

MGA TAGUBILIN:
Sa isang mixing bowl, i-cream ang pinalambot na mantikilya hanggang makinis.
Dahan-dahang idagdag ang pulbos na asukal, isang tasa sa isang pagkakataon, at ipagpatuloy ang paghahalo hanggang sa maihalo.
Haluin ang honey at vanilla extract. Haluin hanggang sa ganap na maisama.
Ikalat o i-pipe ang honey cream frosting sa mga pinalamig na cake o cupcake.

47. Raspberry Buttercream Frosting

MGA INGREDIENTS:
1 tasang unsalted butter, pinalambot
4 na tasang may pulbos na asukal
1/4 tasa na walang seedless raspberry jam
1 kutsarita vanilla extract
Mga sariwang raspberry (opsyonal, para sa dekorasyon)

MGA TAGUBILIN:
Sa isang mixing bowl, i-cream ang pinalambot na mantikilya hanggang makinis.
Dahan-dahang idagdag ang pulbos na asukal, isang tasa sa isang pagkakataon, at ipagpatuloy ang paghahalo hanggang sa maihalo.
Ihalo ang raspberry jam at vanilla extract. Haluin hanggang sa ganap na maisama.
Ikalat o i-pipe ang raspberry buttercream frosting sa mga pinalamig na cake o cupcake.
Opsyonal: Palamutihan ng mga sariwang raspberry para sa dekorasyon.

48. Pistachio Cream Cheese Frosting

MGA INGREDIENTS:
8 oz cream cheese, pinalambot
1/2 tasa unsalted butter, pinalambot
4 na tasang may pulbos na asukal
1/4 tasa ng pinong tinadtad na pistachios
1 kutsarita vanilla extract

MGA TAGUBILIN:
Sa isang mangkok ng paghahalo, talunin ang pinalambot na cream cheese at mantikilya hanggang sa makinis at malambot.
Dahan-dahang idagdag ang pulbos na asukal, isang tasa sa isang pagkakataon, at ipagpatuloy ang paghahalo hanggang sa maihalo.
Haluin ang tinadtad na pistachios at vanilla extract. Haluin hanggang sa ganap na maisama.
Ikalat o i-pipe ang pistachio cream cheese frosting sa mga pinalamig na cake o cupcake.

49. Brown-Sugar Frosting

MGA INGREDIENTS:
1/2 tasa unsalted butter
1 tasang naka-pack na light brown sugar
1/4 tasa ng gatas
2 tasang powdered sugar
1 kutsarita vanilla extract

MGA TAGUBILIN:
Sa isang kasirola, matunaw ang mantikilya sa katamtamang init. Ihalo ang brown sugar at gatas.
Pakuluan ang pinaghalong, patuloy na pagpapakilos. Pakuluan ng 2 minuto.
Alisin ang kasirola mula sa apoy at hayaan itong lumamig ng mga 10 minuto.
Dahan-dahang haluin ang powdered sugar at vanilla extract hanggang makinis at mag-atas.
Ikalat ang brown-sugar frosting sa mga pinalamig na cake o cupcake. Ang frosting ay magtatakda habang lumalamig ito.

50.Coca-Cola Frosting

MGA INGREDIENTS:
1/2 tasa unsalted butter
1/4 tasa ng Coca-Cola
3 kutsarang unsweetened cocoa powder
4 na tasang may pulbos na asukal
1 kutsarita vanilla extract

MGA TAGUBILIN:
Sa isang kasirola, tunawin ang mantikilya sa katamtamang init. Ihalo ang Coca-Cola at cocoa powder.
Pakuluan ang pinaghalong, patuloy na pagpapakilos. Pakuluan ng 1 minuto.
Alisin ang kasirola mula sa apoy at hayaang lumamig ng ilang minuto.
Dahan-dahang haluin ang powdered sugar at vanilla extract hanggang makinis at mag-atas.
Ikalat ang Coca-Cola frosting sa mga pinalamig na cake o cupcake.

51.Guava Frosting

MGA INGREDIENTS:
1/2 tasa unsalted butter, pinalambot
4 na tasang may pulbos na asukal
1/4 tasa ng bayabas paste, natunaw at pinalamig
1 kutsarita vanilla extract

MGA TAGUBILIN:
Sa isang mixing bowl, i-cream ang pinalambot na mantikilya hanggang makinis.
Dahan-dahang idagdag ang pulbos na asukal, isang tasa sa isang pagkakataon, at ipagpatuloy ang paghahalo hanggang sa maihalo.
Haluin ang natunaw at pinalamig na guava paste at vanilla extract. Haluin hanggang sa ganap na maisama.
Ikalat o i-pipe ang guava frosting sa mga pinalamig na cake o cupcake.

52. Sea Foam Frosting

MGA INGREDIENTS:
2 malaking puti ng itlog
1 1/2 tasa ng granulated sugar
1/3 tasa ng tubig
1/4 kutsarita cream ng tartar
1 kutsarita vanilla extract

MGA TAGUBILIN:
Sa isang mangkok na hindi tinatablan ng init, pagsamahin ang mga puti ng itlog, asukal, tubig, at cream ng tartar.
Ilagay ang mangkok sa ibabaw ng isang kasirola ng kumukulong tubig, tiyaking ang ilalim ng mangkok ay hindi makakadikit sa tubig.
Gamit ang isang electric mixer, talunin ang pinaghalong sa katamtamang bilis para sa mga 7-8 minuto o hanggang sa mabuo ang stiff peak.
Alisin ang mangkok mula sa apoy at ipagpatuloy ang paghampas para sa isa pang 1-2 minuto.
Haluin ang vanilla extract hanggang sa mahusay na pinagsama.
Gamitin ang sea foam frosting sa mga frost cake o cupcake. Ito ay magkakaroon ng magaan at malambot na texture.

53. Pink Puff Frosting

MGA INGREDIENTS:
1 tasa ng butil na asukal
1/4 tasa ng tubig
2 malaking puti ng itlog
1/4 kutsarita cream ng tartar
1 kutsarita vanilla extract
Pink na pangkulay ng pagkain (opsyonal)

MGA TAGUBILIN:
Sa isang kasirola, pagsamahin ang asukal at tubig. Painitin sa katamtamang apoy, haluin hanggang matunaw ang asukal.

Sa isang mangkok ng paghahalo, talunin ang mga puti ng itlog at cream ng tartar hanggang sa mabuo ang malambot na mga taluktok.

Dahan-dahang ibuhos ang mainit na sugar syrup sa mga puti ng itlog habang patuloy na pumutok sa medium-high speed.

Talunin ng mga 5-7 minuto o hanggang sa mabuo ang stiff peak at ang frosting ay maging makintab.

Haluin ang vanilla extract. Kung ninanais, magdagdag ng ilang patak ng pink na pangkulay ng pagkain at ihalo hanggang sa maging pantay ang kulay.

Gamitin ang pink puff frosting sa mga frost cake o cupcake. Ito ay magkakaroon ng magaan at mahangin na texture.

54.Inihaw na Peanut Butter Frosting

MGA INGREDIENTS:
1/2 tasa unsalted butter, pinalambot
1 tasang creamy peanut butter
2 tasang powdered sugar
1/4 tasa ng gatas
1 kutsarita vanilla extract

MGA TAGUBILIN:
Sa isang mixing bowl, i-cream ang pinalambot na butter at peanut butter hanggang makinis.
Dahan-dahang idagdag ang pulbos na asukal, isang tasa sa isang pagkakataon, at ipagpatuloy ang paghahalo hanggang sa maihalo.
Ibuhos ang gatas at vanilla extract. Talunin hanggang makinis at mag-atas.
Painitin muna ang broiler sa iyong oven.
Ikalat ang peanut butter frosting sa mga pinalamig na cake o cupcake.
Ilagay ang mga frosted cake o cupcake sa isang baking sheet at ilagay sa ilalim ng broiler sa loob ng 1-2 minuto o hanggang sa ang frosting ay magsimulang bahagyang kayumanggi.
Alisin sa oven at hayaang lumamig bago ihain.

55. Hungarian Frosting

MGA INGREDIENTS:
1 tasang unsalted butter, pinalambot
4 na tasang may pulbos na asukal
1/4 tasa ng cocoa powder
1/4 tasa ng matapang na brewed na kape, pinalamig
1 kutsarita vanilla extract
Kurot ng asin

MGA TAGUBILIN:
Sa isang mixing bowl, i-cream ang pinalambot na mantikilya hanggang makinis.
Dahan-dahang idagdag ang powdered sugar at cocoa powder, ihalo nang mabuti pagkatapos ng bawat karagdagan.
Ibuhos ang pinalamig na kape at vanilla extract. Magdagdag ng isang pakurot ng asin para sa lasa.
Talunin ang pinaghalong hanggang makinis at mag-atas.
Ikalat o i-pipe ang Hungarian frosting sa mga pinalamig na cake o cupcake.

56. Maraschino Frosting

MGA INGREDIENTS:
1/2 tasa unsalted butter, pinalambot
4 na tasang may pulbos na asukal
1/4 tasa ng maraschino cherry juice
1 kutsarita almond extract
Maraschino cherries (opsyonal, para sa dekorasyon)

MGA TAGUBILIN:
Sa isang mixing bowl, i-cream ang pinalambot na mantikilya hanggang makinis.
Dahan-dahang idagdag ang pulbos na asukal, isang tasa sa isang pagkakataon, at ipagpatuloy ang paghahalo hanggang sa maihalo.
Haluin ang maraschino cherry juice at almond extract. Haluin hanggang sa ganap na maisama.
Ikalat o i-pipe ang maraschino frosting sa mga pinalamig na cake o cupcake.
Opsyonal: Palamutihan ng maraschino cherries para sa dekorasyon.

57. Butter Pecan Frosting

MGA INGREDIENTS:
1/2 tasa unsalted butter, pinalambot
1/2 tasa tinadtad na pecans, toasted
4 na tasang may pulbos na asukal
1/4 tasa ng gatas
1 kutsarita vanilla extract

MGA TAGUBILIN:
Sa isang kawali, i-toast ang tinadtad na pecan sa katamtamang init hanggang mabango. Itabi upang lumamig.
Sa isang mixing bowl, i-cream ang pinalambot na mantikilya hanggang makinis.
Dahan-dahang idagdag ang pulbos na asukal, isang tasa sa isang pagkakataon, at ipagpatuloy ang paghahalo hanggang sa maihalo.
Ibuhos ang gatas at vanilla extract. Talunin hanggang makinis at mag-atas.
Haluin ang toasted pecans hanggang sa pantay-pantay.
Ikalat o i-pipe ang butter pecan frosting sa mga pinalamig na cake o cupcake.

58. Frosted Jam Cake Icing

MGA INGREDIENTS:
1/2 tasa unsalted butter, pinalambot
4 na tasang may pulbos na asukal
1/4 tasa ng buong gatas
1/4 tasa ng raspberry o strawberry jam
1 kutsarita vanilla extract

MGA TAGUBILIN:
Sa isang mixing bowl, i-cream ang pinalambot na mantikilya hanggang makinis.
Dahan-dahang idagdag ang pulbos na asukal, isang tasa sa isang pagkakataon, at ipagpatuloy ang paghahalo hanggang sa maihalo.
Ibuhos ang gatas at vanilla extract. Talunin hanggang makinis at mag-atas.
Idagdag ang jam at ihalo hanggang sa ganap na maisama.
Ikalat o i-pipe ang frosted jam cake icing sa mga pinalamig na cake o cupcake.

59. Silken Cocoa Frosting

MGA INGREDIENTS:
1 tasang unsalted butter, pinalambot
2 tasang powdered sugar
1/4 tasa ng unsweetened cocoa powder
1/4 tasa ng mabigat na cream
1 kutsarita vanilla extract

MGA TAGUBILIN:
Sa isang mixing bowl, i-cream ang pinalambot na mantikilya hanggang makinis.
Dahan-dahang idagdag ang powdered sugar at cocoa powder, ihalo nang mabuti pagkatapos ng bawat karagdagan.
Ibuhos ang mabigat na cream at vanilla extract. Talunin hanggang makinis at mag-atas.
Ikalat o i-pipe ang silken cocoa frosting sa mga pinalamig na cake o cupcake.

GLAZE

60.Mint glaze

MGA INGREDIENTS:
30 g puting tsokolate[1 onsa]
6 g grapeseed oil[2 kutsarita]
0.5 g peppermint extract[kaunting ⅛ kutsarita]
1 patak ng berdeng pangkulay ng pagkain

MGA TAGUBILIN:
Pagsamahin ang puting tsokolate at mantika sa isang microwave-safe na dish at tunawin ang tsokolate nang mababa sa loob ng 20 hanggang 30 segundo. Gumamit ng heatproof spatula upang paghaluin ang mantika at tsokolate, pagbutihin hanggang ang timpla ay makintab at makinis.
Ihalo ang peppermint extract at food coloring.

61. Strawberry Glaze

MGA INGREDIENTS:
1 tasang sariwang strawberry, hinugot at tinadtad
1 tasang may pulbos na asukal
1 kutsarang lemon juice

MGA TAGUBILIN:
Sa isang blender o food processor, i-pure ang mga strawberry hanggang makinis.
Sa isang katamtamang mangkok, paghaluin ang powdered sugar at lemon juice.
Idagdag ang strawberry puree sa pinaghalong asukal na may pulbos at haluin hanggang sa mahusay na pinagsama.
Ibuhos ang glaze sa ibabaw ng iyong dessert at hayaan itong mag-set bago ihain.

62. Coffee Glaze

MGA INGREDIENTS:
1 tasang may pulbos na asukal
2 kutsarang tinimplang kape
1/2 kutsarita vanilla extract

MGA TAGUBILIN:
Sa isang maliit na mangkok, haluin ang powdered sugar, brewed coffee, at vanilla extract hanggang makinis.
Ayusin ang pagkakapare-pareho sa pamamagitan ng pagdaragdag ng higit pang pulbos na asukal kung kinakailangan.
Ibuhos ang glaze ng kape sa iyong dessert at hayaang itakda ito bago ihain.

63. Apple Cider Glaze

MGA INGREDIENTS:
1 tasang may pulbos na asukal
2 kutsarang apple cider
1/2 kutsarita ng giniling na kanela

MGA TAGUBILIN:
Sa isang mixing bowl, pagsamahin ang powdered sugar, apple cider, at ground cinnamon.
Haluin hanggang makinis at maayos na pinagsama.
Ibuhos ang apple cider glaze sa iyong dessert at hayaang matuyo ito bago ihain.

64. Apricot Glaze

MGA INGREDIENTS:
1/2 tasa na pinapanatili ang aprikot
1 kutsarang tubig

MGA TAGUBILIN:
Sa isang maliit na kasirola, painitin ang mga pinapanatili ng aprikot at tubig sa mahinang apoy.
Haluin hanggang matunaw ang mga preserve at maging makinis ang timpla.
Alisin mula sa init at hayaan itong lumamig nang bahagya.
I-brush o kutsara ang apricot glaze sa iyong dessert habang mainit pa ito.

65. Bourbon Glaze

MGA INGREDIENTS:
1 tasang may pulbos na asukal
2 kutsarang bourbon
1 kutsarang unsalted butter, natunaw

MGA TAGUBILIN:
Sa isang mixing bowl, haluin ang powdered sugar, bourbon, at tinunaw na mantikilya hanggang makinis.
Ayusin ang pagkakapare-pareho sa pamamagitan ng pagdaragdag ng higit pang pulbos na asukal kung kinakailangan.
Ibuhos ang bourbon glaze sa iyong dessert at hayaan itong mag-set bago ihain.

66.Cream Cheese Glaze

MGA INGREDIENTS:
4 ounces cream cheese, pinalambot
1 tasang may pulbos na asukal
1 kutsarita vanilla extract
2-3 kutsarang gatas

MGA TAGUBILIN:
Sa isang mixing bowl, talunin ang cream cheese hanggang makinis.
Magdagdag ng powdered sugar at vanilla extract, at ipagpatuloy ang paghampas hanggang sa maayos na pagsamahin.
Dahan-dahang magdagdag ng gatas, isang kutsara sa isang pagkakataon, hanggang sa maabot ang ninanais na pagkakapare-pareho.
Ibuhos ang cream cheese glaze sa iyong dessert at hayaang itakda ito bago ihain.

67.Orange Glaze

MGA INGREDIENTS:
1 tasang may pulbos na asukal
2 kutsarang sariwang piniga na orange juice
1 kutsarita ng orange zest

MGA TAGUBILIN:
Sa isang maliit na mangkok, haluin ang powdered sugar, orange juice, at orange zest hanggang makinis.
Ayusin ang pagkakapare-pareho sa pamamagitan ng pagdaragdag ng mas maraming powdered sugar o orange juice kung kinakailangan.
Ibuhos ang orange glaze sa ibabaw ng iyong dessert at hayaang matuyo ito bago ihain.

68. Chocolate Buttercream Glaze

MGA INGREDIENTS:
1 tasang unsalted butter, pinalambot
2 tasang powdered sugar
1/2 tasa ng cocoa powder
2-3 kutsarang gatas
1 kutsarita vanilla extract

MGA TAGUBILIN:
Sa isang mixing bowl, i-cream ang butter hanggang makinis.
Dahan-dahang magdagdag ng powdered sugar at cocoa powder, at talunin hanggang sa maayos.
Magdagdag ng gatas, isang kutsara sa isang pagkakataon, hanggang sa makamit ang ninanais na pagkakapare-pareho.
Ihalo sa vanilla extract.
Ikalat o i-pipe ang chocolate buttercream sa iyong dessert.

69. Lemon Glaze

MGA INGREDIENTS:
1 tasang may pulbos na asukal
2 kutsarang sariwang kinatas na lemon juice
1 kutsarita ng lemon zest

MGA TAGUBILIN:
Sa isang maliit na mangkok, haluin ang powdered sugar, lemon juice, at lemon zest hanggang makinis.
Ayusin ang pagkakapare-pareho sa pamamagitan ng pagdaragdag ng mas maraming powdered sugar o lemon juice kung kinakailangan.
Ibuhos ang lemon glaze sa ibabaw ng iyong dessert at hayaang matuyo ito bago ihain.

70.Tangerine Glaze

MGA INGREDIENTS:
1 tasang may pulbos na asukal
2 kutsarang sariwang piniga na katas ng tangerine
1 kutsarita ng tangerine zest

MGA TAGUBILIN:
Sa isang maliit na mangkok, haluin ang powdered sugar, tangerine juice, at tangerine zest hanggang makinis.
Ayusin ang pagkakapare-pareho sa pamamagitan ng pagdaragdag ng mas maraming powdered sugar o tangerine juice kung kinakailangan.
Ibuhos ang tangerine glaze sa iyong dessert at hayaang itakda ito bago ihain.

71. Honey Glaze

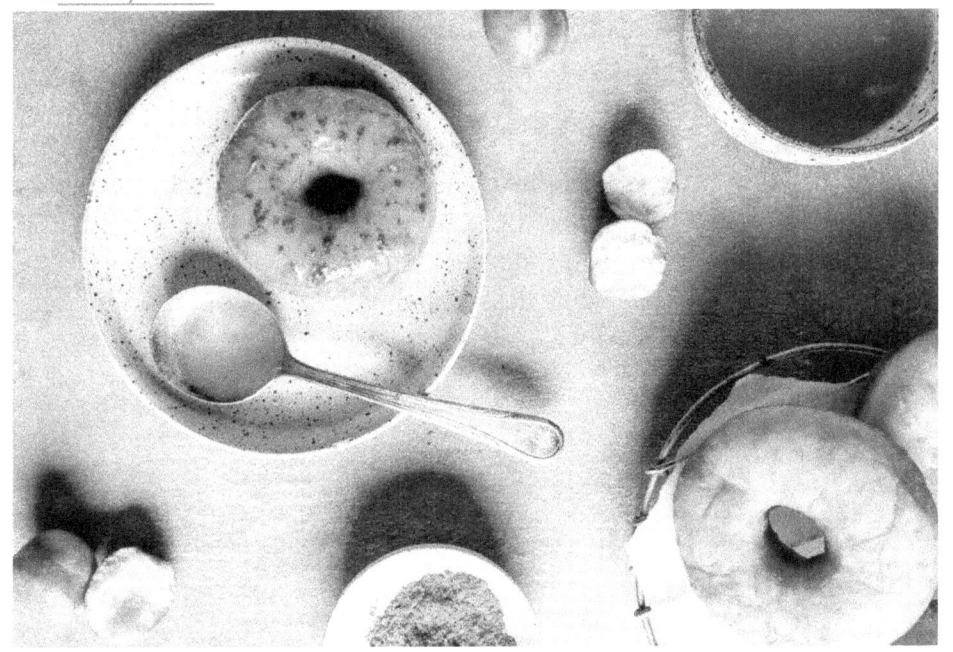

MGA INGREDIENTS:
1/2 tasa ng pulot
1 kutsarang lemon juice

MGA TAGUBILIN:
Sa isang maliit na kasirola, painitin ang honey at lemon juice sa mahinang apoy.
Haluin hanggang sa maayos na pinagsama at pinainit.
Ibuhos ang honey glaze sa iyong dessert habang mainit pa ito.

72. Maple Glaze

MGA INGREDIENTS:
1 tasang may pulbos na asukal
2 kutsarang purong maple syrup
1 kutsarang gatas

MGA TAGUBILIN:
Sa isang mixing bowl, haluin ang powdered sugar, maple syrup, at gatas hanggang makinis.
Ayusin ang pagkakapare-pareho sa pamamagitan ng pagdaragdag ng higit pang pulbos na asukal o gatas kung kinakailangan.
Ibuhos ang maple glaze sa iyong dessert at hayaan itong mag-set bago ihain.

73. Raspberry Glaze

MGA INGREDIENTS:
1 tasang may pulbos na asukal
2 kutsarang raspberry puree (strained)
1 kutsarita ng lemon juice

MGA TAGUBILIN:
Sa isang maliit na mangkok, haluin ang powdered sugar, raspberry puree, at lemon juice hanggang makinis.

Ayusin ang pagkakapare-pareho sa pamamagitan ng pagdaragdag ng mas maraming powdered sugar o raspberry puree kung kinakailangan.

Ibuhos ang raspberry glaze sa iyong dessert at hayaang itakda ito bago ihain.

74.Mango Glaze

MGA INGREDIENTS:
1 tasang may pulbos na asukal
2 kutsarang mango puree (strained)
1 kutsarang katas ng kalamansi

MGA TAGUBILIN:
Sa isang maliit na mangkok, haluin ang powdered sugar, mangga puree, at katas ng kalamansi hanggang sa makinis.
Ayusin ang pagkakapare-pareho sa pamamagitan ng pagdaragdag ng mas maraming powdered sugar o mangga puree kung kinakailangan.
Ibuhos ang mango glaze sa iyong dessert at hayaang matuyo ito bago ihain.

75. Lavender Glaze

MGA INGREDIENTS:
1 tasang may pulbos na asukal
2 kutsarang gatas
1/2 kutsarita pinatuyong lavender buds (culinary grade)
Lila na kulay ng pagkain (opsyonal)

MGA TAGUBILIN:
Sa isang maliit na kasirola, initin ang gatas at pinatuyong mga putot ng lavender sa mahinang apoy hanggang sa mainit-init.
Alisin mula sa init at hayaan itong matarik ng mga 10 minuto.
Salain ang gatas upang maalis ang mga putot ng lavender.
Sa isang mixing bowl, haluin ang powdered sugar at infused milk hanggang makinis.
Ayusin ang pagkakapare-pareho sa pamamagitan ng pagdaragdag ng higit pang pulbos na asukal o gatas kung kinakailangan.
Ibuhos ang lavender glaze sa iyong dessert at hayaang itakda ito bago ihain.

76.Peanut Butter Glaze

MGA INGREDIENTS:
1/2 tasa ng asukal sa pulbos
2 kutsarang creamy peanut butter
2-3 kutsarang gatas

MGA TAGUBILIN:
Sa isang mixing bowl, haluin ang powdered sugar at creamy peanut butter hanggang sa maayos na pagsamahin.
Dahan-dahang magdagdag ng gatas, isang kutsara sa isang pagkakataon, hanggang sa makamit ang ninanais na pagkakapare-pareho.
Ibuhos ang peanut butter glaze sa iyong dessert at hayaang matuyo ito bago ihain.

77. Karamel Glaze

MGA INGREDIENTS:
1 tasa ng butil na asukal
1/4 tasa ng tubig
1/2 tasa ng mabigat na cream
2 kutsarang unsalted butter
1/2 kutsarita vanilla extract

MGA TAGUBILIN:
Sa isang medium saucepan, pagsamahin ang granulated sugar at tubig. Magluto sa katamtamang init, patuloy na pagpapakilos, hanggang sa matunaw ang asukal at maging kulay amber.
Alisin ang kasirola mula sa init at maingat na idagdag ang mabibigat na cream, mantikilya, at vanilla extract. Mag-ingat dahil maaaring bula ang timpla.
Haluin hanggang ang karamelo ay makinis at maayos na pinagsama.
Hayaang lumamig nang bahagya ang caramel glaze bago ibuhos ito sa iyong dessert.

78. Almond Glaze

MGA INGREDIENTS:
1 tasang may pulbos na asukal
2 kutsarang gatas
1/2 kutsarita almond extract
Mga hiniwang almendras (opsyonal, para sa dekorasyon)

MGA TAGUBILIN:
Sa isang mixing bowl, haluin ang powdered sugar, gatas, at almond extract hanggang makinis.
Ayusin ang pagkakapare-pareho sa pamamagitan ng pagdaragdag ng higit pang pulbos na asukal o gatas kung kinakailangan.
Ibuhos ang almond glaze sa iyong dessert at budburan ng hiniwang almond, kung ninanais.
Hayaang matuyo ang glaze bago ihain.

79. Coconut Glaze

MGA INGREDIENTS:
1 tasang may pulbos na asukal
2 kutsarang gata ng niyog
1/4 kutsarita katas ng niyog
Tinadtad na niyog (opsyonal, para sa dekorasyon)

MGA TAGUBILIN:
Sa isang maliit na mangkok, haluin ang powdered sugar, gata ng niyog, at katas ng niyog hanggang sa makinis.
Ayusin ang pagkakapare-pareho sa pamamagitan ng pagdaragdag ng mas maraming powdered sugar o gata ng niyog kung kinakailangan.
Ibuhos ang coconut glaze sa iyong dessert at budburan ng ginutay-gutay na niyog, kung gusto.
Hayaang itakda ang glaze bago ihain.

80.Pistachio Glaze

MGA INGREDIENTS:
1 tasang may pulbos na asukal
2 kutsarang gatas
1/4 kutsarita almond extract
1/4 tasa ng pinong tinadtad na pistachios

MGA TAGUBILIN:
Sa isang mixing bowl, haluin ang powdered sugar, gatas, at almond extract hanggang makinis.
Ayusin ang pagkakapare-pareho sa pamamagitan ng pagdaragdag ng higit pang pulbos na asukal o gatas kung kinakailangan.
Haluin ang tinadtad na pistachios.
Ibuhos ang pistachio glaze sa iyong dessert at hayaang itakda ito bago ihain.

81. Matcha Green Tea Glaze

MGA INGREDIENTS:
1 tasang may pulbos na asukal
2 kutsarang gatas
1 kutsarita ng matcha green tea powder

MGA TAGUBILIN:
Sa isang maliit na mangkok, haluin ang powdered sugar, gatas, at matcha green tea powder hanggang makinis.
Ayusin ang pagkakapare-pareho sa pamamagitan ng pagdaragdag ng higit pang pulbos na asukal o gatas kung kinakailangan.
Ibuhos ang matcha green tea glaze sa iyong dessert at hayaang matuyo ito bago ihain.

82. Raspberry Lemonade Glaze

MGA INGREDIENTS:
1 tasang may pulbos na asukal
2 kutsarang raspberry puree (strained)
1 kutsarang sariwang kinatas na lemon juice
Lemon zest (opsyonal, para sa dekorasyon)

MGA TAGUBILIN:
Sa isang maliit na mangkok, haluin ang powdered sugar, raspberry puree, at lemon juice hanggang makinis.
Ayusin ang pagkakapare-pareho sa pamamagitan ng pagdaragdag ng mas maraming powdered sugar o raspberry puree kung kinakailangan.
Ibuhos ang raspberry lemonade glaze sa iyong dessert at budburan ng lemon zest, kung ninanais.
Hayaang matuyo ang glaze bago ihain.

GANACHE

83.Pumpkin ganache

MGA INGREDIENTS:
150 g puting tsokolate[5¼ onsa]
25 g mantikilya[2 kutsara]
50 g glucose[2 kutsara]
55 g malamig na heavy cream[¼tasa]
75 g Libby's pumpkin puree[⅓cup]
4 g kosher na asin[1 kutsarita]
1 g ground cinnamon[½ kutsarita]

MGA TAGUBILIN:
Pagsamahin ang puting tsokolate at mantikilya sa isang microwave-safe dish at dahan-dahang tunawin ang mga ito sa microwave sa loob ng 15 segundong pagsabog, hinahalo sa pagitan ng mga putok.

Ilipat ang pinaghalong tsokolate sa isang lalagyan. Painitin ang glucose sa microwave sa loob ng 15 segundo, pagkatapos ay idagdag kaagad sa pinaghalong tsokolate at i-buzz gamit ang hand blender.

Pagkatapos ng isang minuto, i-stream sa heavy cream, habang tumatakbo ang hand blender.

Haluin ang pumpkin puree, asin, at cinnamon. Ilagay ang ganache sa refrigerator upang patigasin bago gamitin, hindi bababa sa 4 na oras, o, pinakamainam, magdamag.

84. Beet-lime ganache

MGA INGREDIENTS:
2 medium beets, binalatan at gupitin (gumamit ng guwantes;)
1 kalamansi
gatas kung kinakailangan
120 g puting tsokolate[4¼ onsa]
25 g mantikilya[2 kutsara]
100 g glucose[¼ tasa]
55 g malamig na heavy cream[¼tasa]
3 g kosher salt[¾kutsarita]

MGA TAGUBILIN:
Painitin ang oven sa 325°F.
I-wrap ang mga beet chunks sa isang malaking sheet ng aluminum foil at ilagay sa isang sheet pan para sa madaling paghawak. Inihaw ng 1 hanggang 2 oras, o hanggang ang mga beet ay nasa malambot na bahagi ng malambot; bigyan sila ng karagdagang 30 minutong agwat sa oven kung hindi sila.
Samantala, lagyan ng rehas ang zest mula sa kalamansi; reserba. Pigain ang 8 g(2 kutsarita) katas mula sa kalamansi at ireserba.
Ilipat ang mga beet sa isang blender at i-pure ang mga ito.(Kung ang iyong blender ay nagbibigay sa iyo ng problema, magdagdag ng hanggang 1 kutsarang gatas upang makatulong na mapabilis ito.) Ipasa ang katas sa pamamagitan ng isang fine-mesh strainer—dapat itong may texture ng Libby's pumpkin puree(o baby food). Sukatin ang 120 g(⅓cup)beet puree.Hayaan na lumamig.
Pagsamahin ang puting tsokolate at mantikilya sa isang microwave-safe dish at dahan-dahang tunawin ang mga ito sa microwave sa loob ng 15 segundong pagsabog, paghahalo sa pagitan ng mga putok. Ang resulta ay dapat na halos hindi mainit sa pagpindot at ganap na homogenous.
Ilipat ang pinaghalong tsokolate sa isang lalagyan na kayang tumanggap ng immersion blender—isang bagay na matangkad at makitid, tulad ng isang 1-quart plastic deli container. Painitin ang glucose sa microwave sa loob ng 15 segundo, pagkatapos ay idagdag kaagad sa chocolate mixture at buzz gamit ang kamay blender.Pagkalipas ng isang minuto, i-stream sa heavy cream, habang tumatakbo ang hand blender—magsasama-sama ang timpla sa isang malasutla, makintab, at makinis.
Haluin ang beet puree, lime zest, at asin. Ilagay ang ganache sa refrigerator sa loob ng 30 minuto upang matigas.
Gumamit ng spatula para tiklop ang katas ng kalamansi sa ganache (huwag gawin ito hanggang sa maitakda ang ganache, o masisira mo ang ganache). Ilagay muli ang ganache sa refrigerator nang hindi bababa sa 3 oras, o, pinakamainam, magdamag. sa isang lalagyan ng airtight, ito ay mananatili sa refrigerator sa loob ng 1 linggo. Ihain nang malamig.

85. Chocolate hazelnut ganache

MGA INGREDIENTS:
55 g mabigat na cream[¼ tasa]
60 g gianduja na tsokolate, natunaw[2 onsa]
65 g hazelnut paste[¼tasa]
¼naghahain ng Fudge Sauce[38 g(3 kutsara)]
1 g kosher salt[¼kutsarita]

MGA TAGUBILIN:
Pakuluan ang mabibigat na cream sa isang maliit na makapal na ilalim na kasirola sa katamtamang init.

Samantala, pagsamahin ang tinunaw na gianduja, hazelnut paste, fudge sauce, at asin sa isang medium bowl.

Ibuhos ang cream sa mangkok at hayaang hindi maistorbo sa loob ng 1 minuto. Gamit ang hand blender o whisk, dahan-dahang paghaluin ang mga nilalaman ng mangkok hanggang ang timpla ay makintab at malasutla-makinis. Ito ay tatagal ng 2 hanggang 4 na minuto, depende sa iyong bilis at lakas. Gamitin kaagad, o itago sa lalagyan ng airtight sa refrigerator nang hanggang 2 linggo; huwag i-freeze.

86. Graham ganache

MGA INGREDIENTS:
½ naghahain ng Graham Crust
85 g ng gatas[⅓cup]
2 g kosher salt[½ kutsarita]

MGA TAGUBILIN:
Pagsamahin ang graham crust, gatas, at asin sa isang blender at katas sa katamtamang bilis hanggang sa makinis at homogenous—tatagal ito ng 1 hanggang 3 minuto (depende sa awesomeness ng iyong blender).

Kung ang timpla ay hindi sumabit sa iyong blade ng blender, patayin ito, kumuha ng isang maliit na kutsarita, at kaskasin ang mga gilid ng canister, naaalalang kiskisan sa ilalim ng talim, pagkatapos ay subukang muli.

Gamitin kaagad ang ganache, o itago sa lalagyan ng airtight sa refrigerator nang hanggang 5 araw.

87. Dark Chocolate Ganache

MGA INGREDIENTS:
8 onsa(225g)maitim na tsokolate,pinong tinadtad
1 tasa(240ml)mabigat na cream

MGA TAGUBILIN:
Ilagay ang tinadtad na dark chocolate sa isang heatproof na mangkok.
Sa isang maliit na kasirola, painitin ang makapal na cream sa katamtamang apoy hanggang sa magsimula itong kumulo.
Ibuhos ang mainit na cream sa ibabaw ng tsokolate at hayaan itong umupo ng isang minuto.
Haluin ang halo hanggang sa ganap na matunaw at makinis ang tsokolate.
Hayaang lumamig nang bahagya ang ganache bago ito gamitin.

88. Milk Chocolate Ganache

MGA INGREDIENTS:
8 ounces(225g)milk chocolate,pinong tinadtad
1 tasa(240ml)mabigat na cream

MGA TAGUBILIN:
Ilagay ang pinong tinadtad na tsokolate ng gatas sa isang mangkok na hindi tinatablan ng init at itabi.
Sa isang maliit na kasirola, init ang mabigat na cream sa katamtamang apoy hanggang sa magsimula itong kumulo. Huwag hayaang kumulo ito.
Alisin ang kasirola mula sa apoy at ibuhos ang mainit na cream sa tinadtad na tsokolate ng gatas.
Hayaang umupo ang pinaghalong hindi nakakagambala sa loob ng 1-2 minuto upang lumambot ang tsokolate.
Gamit ang isang whisk o isang spatula, dahan-dahang pukawin ang pinaghalong hanggang sa ganap na matunaw ang tsokolate at ang ganache ay makinis at mag-atas.
Hayaang lumamig ang ganache sa temperatura ng silid nang mga 30 minuto, pagkatapos ay takpan ito ng plastic wrap at palamigin nang hindi bababa sa 2 oras o hanggang sa maging matatag.
Kapag ang ganache ay lumamig at naayos na, maaari mo itong gamitin bilang pagpuno ng mga cake, cupcake, o cookies. Maaari rin itong gamitin bilang pang-top o drizzle para sa mga dessert tulad ng brownies, ice cream, o puding.

89. White Chocolate Ganache

MGA INGREDIENTS:
8 onsa (225g) puting tsokolate, pinong tinadtad
1/2 tasa(120ml)mabigat na cream

MGA TAGUBILIN:
Ilagay ang tinadtad na puting tsokolate sa isang mangkok na hindi tinatablan ng init.
Sa isang maliit na kasirola, painitin ang makapal na cream sa katamtamang apoy hanggang sa magsimula itong kumulo.
Ibuhos ang mainit na cream sa puting tsokolate at hayaan itong umupo ng isang minuto.
Haluin ang halo hanggang sa ganap na matunaw at makinis ang tsokolate.
Hayaang lumamig nang bahagya ang ganache bago ito gamitin.

90.Dark Chocolate Orange Ganache

MGA INGREDIENTS:
8 onsa(225g)maitim na tsokolate,pinong tinadtad
1 tasa(240ml)mabigat na cream
Sarap ng 1 orange

MGA TAGUBILIN:
Ilagay ang pinong tinadtad na dark chocolate sa isang heatproof na mangkok at itabi.
Sa isang maliit na kasirola, init ang mabigat na cream sa katamtamang apoy hanggang sa magsimula itong kumulo. Huwag hayaang kumulo ito.
Kapag kumulo na ang cream, alisin ito sa apoy at ibuhos sa tinadtad na tsokolate.
Hayaang umupo ang pinaghalong hindi nakakagambala sa loob ng 1-2 minuto upang lumambot ang tsokolate.
Gamit ang whisk o spatula, dahan-dahang haluin ang pinaghalong hanggang sa ganap na matunaw ang tsokolate at maging makinis at makintab ang ganache.
Idagdag ang zest ng 1 orange sa ganache at haluin hanggang sa mahusay na pinagsama.
Hayaang lumamig ang ganache sa temperatura ng silid nang mga 30 minuto, pagkatapos ay takpan ito ng plastic wrap at palamigin nang hindi bababa sa 2 oras o hanggang sa maging matatag.
Kapag ang ganache ay lumamig at naayos na, maaari mo itong gamitin bilang isang palaman para sa mga cake, tart, o iba pang mga dessert. Maaari mo ring hubugin ito ng mga truffle o gamitin ito bilang glaze o topping.

91. Espresso Dark Chocolate Ganache

MGA INGREDIENTS:
8 onsa(225g)maitim na tsokolate,pinong tinadtad
1 tasa(240ml)mabigat na cream
2 kutsarang instant espresso powder

MGA TAGUBILIN:
Ilagay ang pinong tinadtad na dark chocolate sa isang heatproof na mangkok at itabi.
Sa isang maliit na kasirola, init ang mabigat na cream sa katamtamang apoy hanggang sa magsimula itong kumulo. Huwag hayaang kumulo ito.
Alisin ang kasirola mula sa apoy at idagdag ang instant espresso powder sa cream. Haluing mabuti hanggang sa tuluyang matunaw ang espresso powder.
Ibuhos ang mainit na cream mixture sa tinadtad na tsokolate.
Hayaang umupo ang pinaghalong hindi nakakagambala sa loob ng 1-2 minuto upang lumambot ang tsokolate.
Gamit ang whisk o spatula, dahan-dahang haluin ang pinaghalong hanggang sa ganap na matunaw ang tsokolate at maging makinis at makintab ang ganache.
Hayaang lumamig ang ganache sa temperatura ng silid nang mga 30 minuto, pagkatapos ay takpan ito ng plastic wrap at palamigin nang hindi bababa sa 2 oras o hanggang sa maging matatag.
Kapag ang ganache ay lumamig at naitakda, maaari mo itong gamitin bilang pagpuno ng mga cake, cupcake, o pastry. Maaari rin itong gamitin bilang isang glaze o isang dekadenteng topping para sa mga dessert.

92. Salted Caramel Ganache

MGA INGREDIENTS:

8 onsa(225g)maitim na tsokolate,pinong tinadtad
1 tasa(240ml)mabigat na cream
1/2 tasa(120ml)salted caramel sauce

MGA TAGUBILIN:

Ilagay ang pinong tinadtad na dark chocolate sa isang heatproof na mangkok at itabi.

Sa isang maliit na kasirola, init ang mabigat na cream sa katamtamang apoy hanggang sa magsimula itong kumulo. Huwag hayaang kumulo ito.

Alisin ang kasirola mula sa apoy at ibuhos ang mainit na cream sa tinadtad na tsokolate.

Hayaang umupo ang pinaghalong hindi nakakagambala sa loob ng 1-2 minuto upang lumambot ang tsokolate.

Gamit ang whisk o spatula, dahan-dahang haluin ang pinaghalong hanggang sa ganap na matunaw ang tsokolate at maging makinis at makintab ang ganache.

Idagdag ang salted caramel sauce sa ganache at haluin hanggang sa maayos.

Hayaang lumamig ang ganache sa temperatura ng silid nang mga 30 minuto, pagkatapos ay takpan ito ng plastic wrap at palamigin nang hindi bababa sa 2 oras o hanggang sa maging matatag.

Kapag ang ganache ay lumamig at naitakda, maaari mo itong gamitin bilang pagpuno ng mga cake, cupcake, o pastry. Maaari rin itong gamitin bilang isang topping o drizzle para sa mga dessert tulad ng ice cream, brownies, o cookies.

93. Raspberry White Chocolate Ganache

MGA INGREDIENTS:

8 onsa (225g) puting tsokolate, pinong tinadtad
1/2 tasa(120ml)mabigat na cream
1/4 tasa(60ml)raspberry puree

MGA TAGUBILIN:

Ilagay ang pinong tinadtad na puting tsokolate sa isang mangkok na hindi tinatablan ng init at itabi.

Sa isang maliit na kasirola, init ang mabigat na cream sa katamtamang apoy hanggang sa magsimula itong kumulo. Huwag hayaang kumulo ito.

Alisin ang kasirola mula sa apoy at ibuhos ang mainit na cream sa tinadtad na puting tsokolate.

Hayaang umupo ang pinaghalong hindi nakakagambala sa loob ng 1-2 minuto upang lumambot ang tsokolate.

Gamit ang whisk o spatula, dahan-dahang haluin ang pinaghalong hanggang ang puting tsokolate ay ganap na matunaw at ang ganache ay makinis at mag-atas.

Idagdag ang raspberry puree sa ganache at haluin hanggang sa mahusay na pinagsama. Maaari mong gawin ang raspberry puree sa pamamagitan ng paghahalo ng sariwa o frozen na raspberry sa isang blender o food processor hanggang makinis, pagkatapos ay pilitin ang anumang buto.

Hayaang lumamig ang ganache sa temperatura ng silid nang mga 30 minuto, pagkatapos ay takpan ito ng plastic wrap at palamigin nang hindi bababa sa 2 oras o hanggang sa maging matatag.

Kapag ang ganache ay lumamig at naayos na, maaari mo itong gamitin bilang isang palaman para sa mga cake, cupcake, o macarons. Maaari rin itong gamitin bilang isang topping o drizzle para sa mga dessert tulad ng cheesecake, tarts, o mousse.

94. Mint Chocolate Ganache

MGA INGREDIENTS:
8 onsa(225g)maitim na tsokolate,pinong tinadtad
1 tasa(240ml)mabigat na cream
1/2 kutsarita ng peppermint extract

MGA TAGUBILIN:
Ilagay ang pinong tinadtad na dark chocolate sa isang heatproof na mangkok at itabi.
Sa isang maliit na kasirola, init ang mabigat na cream sa katamtamang apoy hanggang sa magsimula itong kumulo. Huwag hayaang kumulo ito.
Alisin ang kasirola mula sa apoy at ibuhos ang mainit na cream sa tinadtad na dark chocolate.
Hayaang umupo ang pinaghalong hindi nakakagambala sa loob ng 1-2 minuto upang lumambot ang tsokolate.
Gamit ang whisk o spatula, dahan-dahang haluin ang pinaghalong hanggang sa ganap na matunaw ang tsokolate at maging makinis at makintab ang ganache.
Idagdag ang peppermint extract sa ganache at haluin hanggang sa maayos. Ayusin ang dami ng katas sa iyong nais na antas ng lasa ng mint.
Hayaang lumamig ang ganache sa temperatura ng silid nang mga 30 minuto, pagkatapos ay takpan ito ng plastic wrap at palamigin nang hindi bababa sa 2 oras o hanggang sa maging matatag.
Kapag ang ganache ay lumamig at naitakda na, maaari mo itong gamitin bilang pagpuno ng mga cake, cupcake, o truffle. Maaari rin itong gamitin bilang pang-top o drizzle para sa mga dessert tulad ng brownies, ice cream, o cookies.

95. Peanut Butter Chocolate Ganache

MGA INGREDIENTS:
8 onsa(225g)maitim na tsokolate,pinong tinadtad
1 tasa(240ml)mabigat na cream
1/2 tasa(120ml)kinis na peanut butter

MGA TAGUBILIN:
Ilagay ang pinong tinadtad na dark chocolate sa isang heatproof na mangkok at itabi.
Sa isang maliit na kasirola, init ang mabigat na cream sa katamtamang apoy hanggang sa magsimula itong kumulo. Huwag hayaang kumulo ito.
Alisin ang kasirola mula sa apoy at ibuhos ang mainit na cream sa tinadtad na dark chocolate.
Hayaang umupo ang pinaghalong hindi nakakagambala sa loob ng 1-2 minuto upang lumambot ang tsokolate.
Gamit ang whisk o spatula, dahan-dahang haluin ang pinaghalong hanggang sa ganap na matunaw ang tsokolate at maging makinis at makintab ang ganache.
Idagdag ang makinis na peanut butter sa ganache at haluin hanggang sa maayos. Siguraduhin na ang peanut butter ay nasa temperatura ng silid para sa mas madaling paghahalo.
Hayaang lumamig ang ganache sa temperatura ng silid nang mga 30 minuto, pagkatapos ay takpan ito ng plastic wrap at palamigin nang hindi bababa sa 2 oras o hanggang sa maging matatag.
Kapag ang ganache ay lumamig at naayos na, maaari mo itong gamitin bilang pagpuno ng mga cake, cupcake, o cookies. Maaari rin itong gamitin bilang isang topping o drizzle para sa mga dessert tulad ng brownies, ice cream, o cheesecake.

96. Coconut White Chocolate Ganache

MGA INGREDIENTS:
8 onsa (225g) puting tsokolate, pinong tinadtad
1/2 tasa(120ml)mabigat na cream
1/2 tasa(50g) ginutay-gutay na niyog

MGA TAGUBILIN:
Ilagay ang pinong tinadtad na puting tsokolate sa isang mangkok na hindi tinatablan ng init at itabi.
Sa isang maliit na kasirola, init ang mabigat na cream sa katamtamang apoy hanggang sa magsimula itong kumulo. Huwag hayaang kumulo ito.
Alisin ang kasirola mula sa apoy at ibuhos ang mainit na cream sa tinadtad na puting tsokolate.
Hayaang umupo ang pinaghalong hindi nakakagambala sa loob ng 1-2 minuto upang lumambot ang tsokolate.
Gamit ang whisk o spatula, dahan-dahang haluin ang pinaghalong hanggang ang puting tsokolate ay ganap na matunaw at ang ganache ay makinis at mag-atas.
Ilagay ang ginutay-gutay na niyog sa ganache at haluin hanggang sa maayos. Tiyakin na ang niyog ay pantay na ipinamahagi sa buong ganache.
Hayaang lumamig ang ganache sa temperatura ng silid nang mga 30 minuto, pagkatapos ay takpan ito ng plastic wrap at palamigin nang hindi bababa sa 2 oras o hanggang sa maging matatag.
Kapag ang ganache ay lumamig at naayos na, maaari mo itong gamitin bilang pagpuno ng mga cake, cupcake, o bar. Maaari rin itong gamitin bilang isang topping o drizzle para sa mga dessert tulad ng tarts, pie, o cookies.

97. Hazelnut Dark Chocolate Ganache

MGA INGREDIENTS:
8 onsa(225g)maitim na tsokolate,pinong tinadtad
1 tasa(240ml)mabigat na cream
1/2 tasa (75g) tinadtad na toasted hazelnuts

MGA TAGUBILIN:
Ilagay ang pinong tinadtad na dark chocolate sa isang heatproof na mangkok at itabi.
Sa isang maliit na kasirola, init ang mabigat na cream sa katamtamang apoy hanggang sa magsimula itong kumulo. Huwag hayaang kumulo ito.
Alisin ang kasirola mula sa apoy at ibuhos ang mainit na cream sa tinadtad na dark chocolate.
Hayaang umupo ang pinaghalong hindi nakakagambala sa loob ng 1-2 minuto upang lumambot ang tsokolate.
Gamit ang whisk o spatula, dahan-dahang haluin ang pinaghalong hanggang sa ganap na matunaw ang tsokolate at maging makinis at makintab ang ganache.
Idagdag ang tinadtad na toasted hazelnuts sa ganache at haluin hanggang sa mahusay na pinagsama. Siguraduhin na ang mga hazelnut ay pinalamig bago idagdag ang mga ito.
Hayaang lumamig ang ganache sa temperatura ng silid nang mga 30 minuto, pagkatapos ay takpan ito ng plastic wrap at palamigin nang hindi bababa sa 2 oras o hanggang sa maging matatag.
Kapag ang ganache ay lumamig at naitakda, maaari mo itong gamitin bilang pagpuno ng mga cake, cupcake, o pastry. Maaari din itong gamitin bilang pang-top o drizzle para sa mga dessert tulad ng brownies, ice cream, o crepe.

98.Almond Milk Chocolate Ganache

MGA INGREDIENTS:
8 ounces(225g)milk chocolate,pinong tinadtad
1 tasa(240ml)almond milk

MGA TAGUBILIN:
Ilagay ang tinadtad na tsokolate ng gatas sa isang mangkok na hindi tinatablan ng init.
Sa isang maliit na kasirola, initin ang almond milk sa katamtamang init hanggang sa magsimula itong kumulo.
Ibuhos ang mainit na almond milk sa tsokolate at hayaan itong umupo ng isang minuto.
Haluin ang halo hanggang sa ganap na matunaw at makinis ang tsokolate.
Hayaang lumamig nang bahagya ang ganache bago ito gamitin.

99. Coconut Milk Dark Chocolate Ganache

MGA INGREDIENTS:
8 onsa(225g)maitim na tsokolate,pinong tinadtad
1 tasa(240ml) gata ng niyog

MGA TAGUBILIN:
Ilagay ang tinadtad na dark chocolate sa isang heatproof na mangkok.
Sa isang maliit na kasirola, painitin ang gata ng niyog sa katamtamang apoy hanggang sa magsimula itong kumulo.
Ibuhos ang mainit na gata ng niyog sa tsokolate at hayaan itong umupo ng isang minuto.
Haluin ang halo hanggang sa ganap na matunaw at makinis ang tsokolate.
Hayaang lumamig nang bahagya ang ganache bago ito gamitin.

100. Caramelized White Chocolate Ganache

MGA INGREDIENTS:
8 onsa(225g)puting tsokolate
Kurot ng asin sa dagat

MGA TAGUBILIN:
Painitin muna ang iyong oven sa 250°F(120°C).
Ilagay ang puting tsokolate sa isang baking sheet na nilagyan ng parchment paper.
Budburan ng isang kurot ng sea salt ang tsokolate.
Maghurno ng tsokolate nang halos 1 oras, haluin tuwing 10 minuto hanggang sa ito ay maging ginintuang kayumanggi at caramelized.
Alisin ang tsokolate mula sa oven at hayaan itong ganap na lumamig.
Pinong tumaga ang caramelized white chocolate.
Sa isang mangkok na hindi tinatablan ng init, ibuhos ang 1 tasa(240ml) ng kumukulong cream sa ibabaw ng caramelized na puting tsokolate.
Haluin hanggang ang tsokolate ay ganap na matunaw at makinis.
Hayaang lumamig nang bahagya ang ganache bago ito gamitin.

KONGKLUSYON

Sa pagtatapos ng paglalakbay na ito, umaasa kaming nabigyan ka ng inspirasyon at kapangyarihang mag-eksperimento sa mga frosting, icing, at ganaches sa sarili mong kusina. Tandaan, ang mundo ng mga matatamis na likha ay limitado lamang ng iyong imahinasyon. Sa kaalaman at kasanayang natamo mo mula sa cookbook na ito, handa ka nang magsimula sa iyong sariling mga pakikipagsapalaran sa pagluluto.

Pipiliin mo man na gumawa ng isang klasikong buttercream frosting para sa isang nostalgic treat o itulak ang mga hangganan gamit ang mga natatanging kumbinasyon ng lasa at mga makabagong diskarte, ang mga posibilidad ay walang katapusang. Huwag matakot na maging malikhain at i-personalize ang iyong mga dessert upang ipakita ang iyong sariling istilo at panlasa.

Ibinahagi namin ang aming hilig para sa lahat ng bagay na matamis, at ngayon ay oras na para ipamalas mo ang iyong sariling pagkamalikhain. Kaya, kunin ang iyong mga mixing bowl, spatula, at piping bag, at hayaang lumiwanag ang iyong panloob na pastry artist. Ang " PAGYELO, PAG-IIS AT GANACHE PARA SA BAWAT OKASYON" ang iyong magiging pinagkakatiwalaang kasama habang ginalugad mo ang mundo ng matatamis na confection at lumilikha ng mga hindi malilimutang sandali ng kagalakan at pagpapakasaya. Maligayang pagluluto sa hurno!

www.ingramcontent.com/pod-product-compliance
Lightning Source LLC
Chambersburg PA
CBHW052055110526

44591CB00013B/2219